น้ำตาแห่งจิตรังกา

มณีปุระกำลังถูกไฟไหม้หรือเปล่า?

Translated to Thai from the English version of
Tears of Chitrangada

เทวจิต ภูยัน

Ukiyoto Publishing

สิทธิ์ในการเผยแพร่ทั่วโลกทั้งหมดเป็นของ

สำนักพิมพ์อุคิโยโตะ

ตีพิมพ์เมื่อ พ.ศ. 2025

เนื้อหาลิขสิทธิ์© Devajit Bhuyan

ISBN 9789370097063

สงวนลิขสิทธิ์.

ห้ามทำซ้ำ ส่งต่อ หรือเก็บส่วนใดส่วนหนึ่งของสิ่งพิมพ์นี้ในระบบค้นคืนข้อมูล ไม่ว่าในรูปแบบใดๆ โดยวิธีการใดๆ

ไม่ว่าจะเป็นทางอิเล็กทรอนิกส์ ทางกล การถ่ายเอกสาร การบันทึกเสียง หรือวิธีอื่นใด

เว้นแต่จะได้รับอนุญาตจากผู้จัดพิมพ์ก่อน

สิทธิทางศีลธรรมของผู้เขียนได้รับการยืนยัน

หนังสือเล่มนี้จำหน่ายโดยมีเงื่อนไขว่าจะไม่นำไปแลกเปลี่ยน ขายต่อ ให้เช่า หรือเผยแพร่ด้วยวิธีอื่นใด

เว้นแต่จะได้รับความยินยอมจากผู้จัดพิมพ์ก่อน ไม่ว่าจะเป็นการเข้าเล่มหรือปกในรูปแบบใดๆ ก็ตาม

นอกเหนือจากที่จัดพิมพ์

www.ukiyoto.com

หนังสือเล่มนี้ขออุทิศให้กับประชาชนผู้รักสันติทุกคนในมณีปุระและรัฐทางภาคตะวันออกเฉียงเหนืออีก 7 รัฐ ซึ่งปรารถนาให้สันติภาพและภราดรภาพกลับคืนสู่มณีปุระโดยเร็วที่สุด

- เทวจิต ภูยัน

คำนำ

รัฐมณีปุระตั้งอยู่ในภาคตะวันออกเฉียงเหนือของอินเดีย เป็นส่วนสำคัญของวัฒนธรรม อารยธรรม และการเมืองของอินเดีย มีการกล่าวถึงมณีปุระในมหากาพย์มหาภารตะ เมื่อปาณฑพมาถึงส่วนนี้ของอินเดียในช่วงที่ถูกเนรเทศ และอรชุนได้แต่งงานกับเจ้าชายจิตรังกาทาแห่งมณีปุระ ต่อมา เมื่อปาณฑพทรงตัดสินพระทัยที่จะทำพิธีอัศจรรย์เพื่อประกาศให้ยุธิษฐิระเป็นจักรพรรดิของอินเดีย ม้าของยัคฆ์ก็ถูกจองจำโดยไม่ใช่ใครอื่นนอกจากพระบุตรของจิตรังกาและอรชุนซึ่งมีชื่อว่าบาบรูพาหนะ โดยพื้นฐานแล้ว ชาวมณีปุระเป็นผู้รักสันติและมีความก้าวหน้าทางวัฒนธรรม การเต้นรำมณีปุระเป็นหนึ่งในการเต้นรำแบบคลาสสิกของอินเดีย และได้รับความนิยมอย่างมาก แต่ในช่วงไม่กี่ปีที่ผ่านมา มณีปุระกำลังเผชิญกับการปะทะทางชาติพันธุ์และความขัดแย้ง ผู้คนจำนวนมากสูญเสียชีวิตและทรัพย์สินและกลายเป็นคนไร้บ้านในบ้านเกิดของตนเอง ไม่มีใครทำอะไรที่เป็นรูปธรรมเพื่อสันติภาพและความเงียบสงบถาวรในมณีปุระ ประชาชนชาวอินเดียที่อาศัยอยู่ในส่วนอื่นๆ ของประเทศไม่สนใจและไม่จริงจังกับความทุกข์ยากในมณีปุระ น้ำตาของชิตรังกาดาเป็นภาพสะท้อนของความทุกข์ทรมานทางจิตใจและความเจ็บปวดของฉันที่มีต่อชาวเมืองมณีปุระ หวังว่าเร็วๆ นี้ความทุกข์ยากของชาวมณีปุระจะหมดไป และมณีปุระจะเห็นความเป็นพี่น้อง สันติภาพ และความก้าวหน้า

เนื้อหา

1. น้ำตาแห่งจิตรังกา	1
2. จิตรังกาดา ราชินีจากมณีปุระ ประเทศอินเดีย	2
3. กิ่งก้านของต้นไม้ต้นเดียวกัน	3
4. ที่ซึ่งมนุษยชาติถูกฝังอยู่	4
5. เราไม่เดือดร้อนให้เพื่อนบ้านตาย	5
6. แผลเริ่มลึกขึ้น	6
7. อูลูปีเงียบงัน	7
8. เจ้าหน้าที่ไม่สามารถสร้างสันติภาพได้	8
9. นักการเมือง	9
10. ไกลจากเมืองหลวง	10
11. DNA ของมนุษย์จะไม่เปลี่ยนแปลงในเร็วๆ นี้	11
12. การเลือกตั้งอินเดียปี 2024 ผู้ชนะคือ EVM	12
13. คณะกรรมการการเลือกตั้งของอินเดียดีที่สุด	13
14. โอ้ ฝ่ายค้าน ฝ่ายค้านที่รัก	14
15. คนดังชาวอัสสัมหายตัวไปริมฝั่งแม่น้ำ	15
16. 2084 ครั้งหนึ่งถูกกัดสองครั้งขี้อาย	16
17. วันที่ [30] มิถุนายน ครึ่งปีผ่านไปโดยไม่มีใครสังเกตเห็น	17

18. งบประมาณของอินเดีย	18
19. สมาร์ทซิตี้ กัวฮาติ ในประเทศอินเดีย	19
20. เหนือขอบเขตของศาสนา	20
21. ฉันไม่ใช่อะไรเลยนอกจาก DNA ของฉัน	21
22. อายุก็สำคัญ	22
23. เมื่อเราอายุมากขึ้น	23
24. เช้าวันสุดท้าย	24
25. มองออกไปข้างนอก	25
26. คุณเหนือกว่าค่าเฉลี่ยหรือไม่	26
27. ความอยากรู้เป็นสิ่งที่ดี	27
28. ชายชรากับชายหนุ่ม	28
29. การทดสอบความบริสุทธิ์	29
30. ฉันเป็นเพียงเด็กตัวเล็กๆ เมื่ออยู่คนเดียว	30
31. เวลาเป็นและจะไม่เลวร้ายอีกต่อไป	31
32. การเอาชีวิตรอดเป็นหลัก	32
33. การติดเชื้ออันตราย	33
34. สุนัขเลี้ยง	34
35. ความฝันอันยิ่งใหญ่ของอินเดีย	35
36. ศาสนาคือฝิ่นหรือแอลกอฮอล์?	36

37. เป็นฮีโร่ของตัวเองโดยไม่ต้องมีเหตุผล	37
38. การเดินเรือออกไปในทะเลที่เป็นศัตรู	38
39. สักวันหนึ่งเราจะร้องเพลงด้วยกัน	39
40. ในทะเลทรายอันไร้ขอบเขต	40
41. ฉันไม่สามารถซื้อของหรูหราได้	41
42. ชัยชนะของทรัมป์	42
43. เราจงเฉลิมฉลองชัยชนะแห่งความจริง	43
44. มีความสุข	44
45. การมาและการไป	45
46. ความสุขเป็นเป้าหมายเดียวของคุณหรือเปล่า?	46
47. โลกเป็นตลาดแล้ว	47
48. ลองทำอะไรที่แตกต่างออกไป	48
49. คุณสามารถจ่ายได้แต่ฉันจ่ายไม่ได้	49
50. ความสุขอย่างเดียวมันไม่พอ	50
51. เมื่อคุณใจดีเกินไป	51
52. ในความมืด	52
53. ไม่มีสิ่งใดสามารถลบล้างความจริงได้	53
54. คุณสวยจัง	54
55. ไม่มีใครจะร้องให้โดยไม่ได้อะไรตอบแทน	55

56. ความต้องการเทียบกับความโลภ ... 56

57. อายุหกสิบกว่า ... 57

58. ไม่มีอะไรสำคัญ ... 58

59. ราวณะ ... 59

60. ชนบท ... 60

61. การทดสอบระบบอัตโนมัติ ... 61

62. คุณเหนือกว่าค่าเฉลี่ยหรือไม่ ... 62

63. ชายชรากับหนุ่มน้อย ... 63

64. พวกเขาทำพลาดครั้งแล้วครั้งเล่า ... 64

65. ขอบคุณพระเจ้า ... 65

66. อสุจิของฉัน แรงบันดาลใจของฉัน ... 66

67. ไม่มีใครจะมารบกวนการหายตัวไปของคุณ ... 67

68. ฉันเป็นเพียงเด็กตัวเล็กๆ เมื่ออยู่คนเดียว ... 68

69. เวลาเป็นและจะไม่เลวร้ายอีกต่อไป ... 69

70. ไม่มีใครบังคับให้ฉันเดินตามทางนี้ ... 70

71. พอดีกับจิ๊กซอว์ ... 71

72. การแสดงอาการเจ็บปวด ... 72

73. วันนี้เป็นเวลา ... 73

74. รักประหลาด ... 74

75. ความยุติธรรมตามธรรมชาติ 75

76. ธรรมชาติเป็นธรรม 76

77. ชีวิตก็เหมือนเกม 50-50 77

78. หากคุณคิดว่าคุณเป็นอมตะ คุณก็คิดถูกแล้ว 78

79. เรเล็กซ์และจินตนาการ 79

80. เหตุใดเราจึงรอดชีวิตมาได้ 80

81. คุณรู้จุดแข็งของคุณที่ Sixty หรือไม่? 81

82. ง่ายและยาก 82

83. เมื่อเราเป็นเด็ก 83

84. ฟ้าร้องแห่งสันติ 84

85. ยังคงเป็นพลังแห่งความแตกแยก 85

86. ความฝัน 86

87. ไม่สนใจทุกคนในระหว่างการเดินทาง 87

88. เพื่อนที่ดีที่สุดของฉัน 88

89. ชีวิตมันยากลำบาก 89

90. ปู่ย่าชาวอินเดีย 90

91. การหลอกคนอื่นเป็นเรื่องง่าย 91

92. มาฉลองกันเถอะ 92

93. ชีวิตสั้น วันนี้สั้นลง 93

94. ทุกคนจะต้องจ่ายราคา	94
95. จิตรังคทา มิใช่เป็นเพียงราชินีเท่านั้น	95
เกี่ยวกับผู้เขียน	96

1.น้ำตาแห่งจิตรังกา

จิตรังกาดา อย่าร้องไห้เลย

คุณไม่ใช่แค่เจ้าหญิง

คุณเป็นผู้หญิงที่กล้าหาญของอินเดีย

แม่ของบาบูรพาฮานะ

เมื่อไม่มีใครกล้าที่จะหยุดยั้งปาณฑพผู้ยิ่งใหญ่

ลูกชายคุณเป็นคนเดียวที่หยุดม้าได้

หากไม่ได้รับความยินยอมจากคุณ ความละอายใจก็เป็นไปไม่ได้

ประวัติศาสตร์คงจะแตกต่างออกไป

และอาณาจักรอันเป็นที่รักของท่านกำลังตกอยู่ในความโกลาหล

อย่าร้องไห้นะลูกสาวแห่งผืนดิน

ให้กำเนิดบาบูบาฮาน่าใหม่เพื่อรักษาความรุ่งโรจน์

มิฉะนั้น ประวัติศาสตร์จะเขียนเรื่องราวแตกต่างออกไป

นักรบแห่งมหาภารตะผู้พ่ายแพ้ครั้งหนึ่ง

เงียบงันอย่างน่าประหลาดใจโดยไม่มีการกระทำอันแน่วแน่ใดๆ

หรือเขาไม่สนใจที่จะช่วยม้า

เพราะในภารตะใหม่ ความกล้าหาญไม่ใช่กำลังอีกต่อไป

2. จิตรังกาดา ราชินีจากมณีปุระ ประเทศอินเดีย

พี่น้องปาณฑพทั้งห้ากำลังเดินเตร่ไปทั่วนครภรตะ

และเมื่อถึงเมืองมณีปุระอันสวยงาม อาณาจักรของราชินี

เจ้าหญิงจิตรังกาดาแห่งมณีปุระตกหลุมรักอรชุนและแต่งงานกับเขา

ปาณฑพทิ้งนางไว้ที่พระราชวังมณีปุระ แล้วกลับไปอ้างสิทธิ์ในอาณาจักรของตน

หลังจากชนะสงครามมหาภารตะที่กุรุเกษตร ปันดาพก็ตัดสินใจเลือกยักยะ

สำหรับ Yagya ผู้ละอายใจ ม้าที่ประดับประดาเดินทางไปทั่วอินเดียพร้อมกับ Arjuna

ไม่มีใครกล้าหยุดม้าที่นำโดยผู้บังคับบัญชาของมหาภารตะ

แต่เด็กหนุ่มคนหนึ่งในมณีปุระได้หยุดม้าและเอาชนะอรชุนได้

เจ้าชายหนุ่มบาบรูพาหนะไม่ใช่ใครอื่นนอกจากลูกชายของอรชุนเอง

สหภาพของอรชุน จิตรังกาดา และลูกชายคนเดียวของพวกเขาเกิดขึ้นในมณีปุระ

การเต้นรำแบบคลาสสิกของอินเดียส่วนนี้แสดงให้เห็นการอ้อมทางของอรชุนได้อย่างสวยงาม

แต่ตอนนี้ดินแดนอันสวยงามของจิตรังกาดากำลังถูกเผาไหม้ด้วยการปะทะกันทางชาติพันธุ์

การเผาและการฆ่าเกิดขึ้นเป็นวงกว้างในหมู่มวลชนที่ต่อสู้กัน

สันติ ภราดรภาพ และความสงบสุขควรกลับคืนมาทันที

มิฉะนั้น ความรุ่งเรืองของจิตรังกาจะค่อย ๆ จางหายไปจากจิตใจของผู้คน

3. กิ่งก้านของต้นไม้ต้นเดียวกัน

กิ่งก้านของอัสสัม นาคา กุกี และมณีปุระ มาจากต้นไม้ต้นเดียวกัน

พวกเขาใช้ชีวิตอยู่ร่วมกันและเกิดมาเป็นอิสระมาเป็นเวลานับพันปี

ใครกันที่ใส่พิษแห่งความแตกแยกและความเกลียดชังลงไป ไม่มีใครรู้

กระแสวัฒนธรรมแห่งความสามัคคีและภราดรภาพยังคงไหลเวียนอยู่

การแบ่งส่วนนี้เพื่ออำนาจทางการเมืองและผลประโยชน์ทางศาสนา

สู่หนทางสันติ พ่อค้ายาเสพย์ติดก็เป็นอุปสรรค

วัฒนธรรมยาเสพติด เงิน และปืน มักปลุกปั่นความรุนแรง

ความไม่สงบในสังคมเป็นเพียงผลประโยชน์ของคนส่วนหนึ่งเท่านั้น

สามัญชนกลายเป็นหุ่นเชิดในความมึนเมาของเงิน

ฝิ่นและยาเสพติดค่อยๆ กลายเป็นน้ำผึ้งแสนอร่อยสำหรับมวลชน

สังคมในมณีปุระกลายเป็นทาสของปืน ยาเสพติด แอลกอฮอล์ และผู้ค้าของเถื่อน

โดยรวมแล้วทุกคนที่อาศัยอยู่ในมณีปุระกำลังทำผิดพลาด

ให้สันติภาพ ภราดรภาพ และมนุษยชาติ กลับมามีบทบาทสำคัญอีกครั้ง

ความรุ่งเรืองที่สูญหายไปของมณีปุระและวัฒนธรรมอันเป็นเอกลักษณ์ที่ประชาชนต้องฟื้นคืนมา

4. ที่ซึ่งมนุษยชาติถูกฝังอยู่

มนุษยชาติถูกฆ่าโดยกลุ่มคนบ้า

โครงสร้างทางสังคมของมณีปุระกำลังจะพังทลาย

เพราะความแตกแยกทางเชื้อชาติทำให้หนทางสู่สันติภาพไม่ง่าย

การเผาคนบริสุทธิ์ให้ตายทั้งเป็นมันเลวร้ายมาก

ทำไมประชาชนจึงไม่สามารถขจัดต้นตอของปัญหาได้?

แม้แต่ในศตวรรษที่ 21 ผู้คนก็ยังคงมีพฤติกรรมดั้งเดิม

เพราะเหตุใดความคิดของพวกเขาจึงยังคงเป็นระบบศักดินาและทำลายล้างอยู่?

นักการเมือง ผู้มีอำนาจทางความคิด ผู้นำทางสังคมต่างนิ่งเงียบ

ทุกๆวันกลุ่มคนไร้สมองจะคึกคัก

ดินแดนมรดกวัฒนธรรมถูกพวกอันธพาลเข้ายึดครอง

นักการเมืองผู้มีส่วนได้ส่วนเสียเติมเชื้อเพลิงเข้าไปในกองไฟ

ถึงเวลาที่สามัญชนต้องออกมาหาสันติ

มิฉะนั้น บาดแผลลึกจะส่งผลกระทบต่อเผ่าพันธุ์ของ Chitrangada ในแคว้น Manipuri

5.เราไม่เดือดร้อนให้เพื่อนบ้านตาย

แม้เพื่อนบ้านจะเดือดร้อนเราก็ไม่เดือดร้อน

การเฉลิมฉลองของเราไม่เคยหยุดที่จะได้ยินเสียงเพื่อนๆ ร้องไห้

เราจะสัมผัสได้ถึงความเจ็บปวดและความทุกข์ทรมานของผู้คนที่อาศัยอยู่ในมณีปุระได้อย่างไร

ผลประโยชน์ทับซ้อนกำลังเข้ามามีบทบาทสำคัญมากกว่ามนุษยชาติ

อาจเป็นเพราะเหตุนี้ผู้คนจึงไม่แสดงความสามัคคี

ความล้มเหลวอย่างสิ้นเชิงของกฎหมาย ระเบียบ และกฎของป่าในบริเวณใกล้เคียงของเรา

ไม่มีใครสามารถรับประกันได้ว่าสิ่งเหล่านี้จะไม่เกิดขึ้นในนาคาแลนด์หรืออัสสัม

วันอันมืดมนของการสังหารหมู่ที่นาลิเอยังคงดำรงอยู่ในความทรงจำ

หลังจากผ่านไปห้าสิบปี ประวัติศาสตร์ก็ซ้ำรอยในมณีปุระ และเราก็ยังคงนิ่งเงียบ

เหนือซากศพคนอีสานอยากให้มีชีวิตชีวา

ใครจะร้องไห้เมื่อเมืองกูวาฮาติ เมืองชิลลอง และเมืองดิมาปูร์เริ่มถูกไฟไหม้?

ในยุค AI เราทุกคนล้วนเป็นผู้รับใช้ซอฟต์แวร์และไม่เคยตอบสนองใดๆ

เว้นแต่จะมีคนสั่งสอนให้เราคิดเองเพื่อช่วยชีวิตคน

เรายอมให้มีการต่อสู้กับชุมชนเช่นชนเผ่าดั้งเดิม

แต่ภาพจะยาวนานแค่ไหนเรามาร่วมกันทำลายโปรเจ็กเตอร์นี้กันเถอะ

6. แผลเริ่มลึกขึ้น

แผลเล็กๆ ตอนนี้ไม่ใช่แค่กระดูกหักเท่านั้น
มันค่อย ๆ สั่นสะท้านทั้งเนื้อผ้าและโครงสร้างทั้งหมด
แพทย์ใช้ยาปฏิชีวนะรักษาโดยไม่ต้องสแกน CT
สักวันแผลเล็กๆ อาจกลายเป็นเนื้อตายได้
จะไม่มีทางเลือกอื่นนอกจากต้องทำการผ่าตัดใส่ข้อกล่าวหา
ทำไมหมอไม่ลองยาพลาสเตอร์ดูครับ?
ครอบครัวและเพื่อนๆ ต่างตกตะลึงกับอนาคต
ที่ผู้คนสูญเสียความห่วงใยและสติสัมปชัญญะ วิธีรักษามีน้อย
การตายของอารมณ์ร่วมของสังคมเป็นเรื่องน่าละอายและไม่ยุติธรรม
ภาระในการหาต้นตอของปัญหาสังคมต้องร่วมกันแบ่งปัน
ไม่เช่นนั้นชาติอันรุ่งโรจน์จะตายต่อหน้าต่อตาเราอย่างช่วยไม่ได้
และคนบางส่วนที่ได้ชัยชนะจะยังคงเฉลิมฉลองอย่างไม่ละอายต่อไป

7. อูลูปีเงียบงัน

เมื่อเห็นน้ำตาของจิตรังกาดา อุลูปีก็นิ่งเงียบ

ฮิริมบาอยู่ในโหมดจำศีลและไม่ตอบสนอง

พระเจ้าภคทัตทรงยุ่งอยู่กับกองทัพของพระองค์เองเพื่อเข้าร่วมสงคราม

กาโตตกาชาไม่มีพลังวิเศษอีกต่อไปแล้ว

น้ำตาของจิตรรังคาก็ตกลงมาเป็นสายฝน

ไม่มีใครอยู่ในฐานะที่จะปลอบใจเธอได้หลังจากมีผู้เสียชีวิตหลายร้อยคน

บ้านเรือนถูกเผาทำลายราวกับพุ่มไม้ป่าโดยคนร้าย

จิตรังกาดาไร้ทางช่วยเหลือ ไม่มีข้อความจากอรชุน

ไม่มีใครเต็มใจที่จะนำข้อความไปยังยุธิษฐิระ

เธอจะได้รับความยุติธรรมได้อย่างไร เธอไม่รู้อะไรเลย เหมือนกับถูกปิดตาไว้

ตอนนี้เธออยู่ในอวตารใหม่เหมือนกับคันธารี ภรรยาของกษัตริย์ตาบอด

รุดาลีผู้ไว้อาลัยกำลังรออยู่ข้างนอกเพื่อร้องไห้และร้องเพลงกับเธอ

8. เจ้าหน้าที่ไม่สามารถสร้างสันติภาพได้

ทางการประกาศเคอร์ฟิว
สั่งยิงทันทีหากพบเห็นบนท้องถนน
กองกำลังติดอาวุธได้รับอำนาจพิเศษให้กองทัพ
แต่ความรุนแรงและการสังหารยังคงดำเนินต่อไปอย่างไม่หยุดยั้ง
เมื่อทั้งสองฝ่ายที่โต้แย้งมีปืนและการสนับสนุน
คนนอกจะนำเข้าความสงบได้อย่างไร
ทางออกเดียวคือการนั่งตรงข้ามโต๊ะและพูดคุยกันอย่างอิสระ
หนทางสู่การแก้ปัญหาที่ต้องการจะค่อยๆ ปรากฏ
พระจันทร์จะส่องผ่านเมฆดำโดยไม่รู้ตัว
เช้าวันรุ่งขึ้นเมื่อพระอาทิตย์ขึ้นอีกครั้งทุกคนจะมีความยินดี
ความเกลียดชังและความอาฆาตแค้นจะจางหายไปตามกาลเวลา
การพูดคุยอย่างเปิดอกคุยกันระหว่างฝ่ายต่างๆ เท่านั้นที่จะสามารถหาทางออกได้ดี

9. นักการเมือง

นักการเมืองในมณีปุระมีพฤติกรรมแปลกๆ
ทุกคนตอบสนองตามแนวทางและอุดมการณ์ของพรรค
บางคนมองทุกอย่างผ่านกระจกสี
แปลกจริงๆ นักการเมืองและชนชั้นทางการเมืองทุกคน
ไม่มีใครสนใจที่จะช่วยชีวิตและทรัพย์สินของมวลชนจริงๆ
ผู้คนสับสนว่าจะพึ่งและไว้วางใจใคร
ผู้นำของตนเองตอนนี้ก็เหมือนนกกระจอกเทศที่เอาหัวมุดทราย
บางตัวบินเหมือนนกกระเต็นเหนือน้ำที่มีปัญหาเพื่อหาเหยื่อ
คนธรรมดาไร้ทิศทางวิ่งหนีเพื่อช่วยชีวิต
คนกล้าหลายคนสูญเสียภรรยาที่รักไปแล้ว
ความไม่แน่นอนครอบงำเศรษฐกิจและสังคม
แม้กระทั่งในศตวรรษที่ 21 ผู้คนยังคงมีจิตใจที่โหดร้าย

10. ไกลจากเมืองหลวง

เดลีอยู่ไกล แม้แต่ประตูสู่ตะวันออกเฉียงเหนือก็ยังไกล

จากระยะไกลไม่มีใครสามารถสัมผัสถึงความทุกข์ทรมานของมณีปุระได้

ทุกคืนผู้หญิงและเด็ก ๆ รอคอยอย่างนอนไม่หลับจนถึงรุ่งเช้า

ไม่มีใครรู้ว่าพวกหัวรุนแรงจะมายิงเมื่อไร

ผู้ที่มีกำลังทรัพย์เพียงพอได้ออกจากบ้านไปยังเมืองหลวงแล้ว

ทิ้งหมู่บ้านอันเป็นที่รักและบ้านบรรพบุรุษไว้เบื้องหลัง

เด็กๆ ไม่รู้ว่าจะได้กลับโรงเรียนเมื่อไหร่

คนธรรมดาและประชาชนจะนิ่งเฉยและนิ่งเฉยไปอีกนานแค่ไหน

ความอดทนของพวกเขาเริ่มเดือดพล่านกับนักการเมืองที่พยายามหลอกลวง

ด้วยวิธีนี้ ไม่มีรัฐหรือรัฐบาลใดของประเทศจะปกครอง

ความแปลกแยกจะกระตุ้นให้เยาวชนหยิบอาวุธ

คนที่อยู่ในตำแหน่งผู้นำจะต้องจัดการกับพวกอันธพาลให้ได้

11. DNA ของมนุษย์จะไม่เปลี่ยนแปลงในเร็วๆ นี้

สงครามโลกและโควิด-19 ไม่สามารถเปลี่ยนความคิดของมนุษย์ได้

ไม่มีอะไรสามารถเปลี่ยนแปลงจิตใจที่ฉลาดได้ ฉันเดิมพันได้เลย

ตอนนี้ไม่มีใครสนใจสิ่งที่เกิดขึ้นอีกต่อไป

คนที่สูญเสียทุกสิ่งทุกอย่างก็ลืมไปแล้ว

ในการแข่งขัน ผู้ที่แข็งแกร่งที่สุดเท่านั้นที่จะอยู่รอด เป็นที่ทราบกันดี

สงครามและโรคระบาดเป็นเพียงหลุมบ่อเล็กๆ

ในเกมเอาชีวิตรอด ทุกคนเล่นลูกบอลต่างกัน

แม้แต่คัมภีร์ที่เรียกกันว่าศักดิ์สิทธิ์ก็ไม่สามารถเปลี่ยนแปลงทัศนคติได้

กลับก่ออาชญากรรมและทำลายล้างละติจูดและลองจิจูดขยายใหญ่ขึ้น

อย่าไปอยู่ในน้ำตก หวังว่า DNA ของมนุษย์จะเปลี่ยนแปลงไป

หากไม่เกิดการทำลายล้างเผ่าพันธุ์มนุษย์ แม้แต่พระเจ้าก็ไม่อาจจัดการได้อีกต่อไป

12. การเลือกตั้งอินเดียปี 2024 ผู้ชนะคือ EVM

EVM ไม่เคยแข่งขันในการเลือกตั้ง

พวกมันเป็นเพียงเครื่องจักรสำหรับการคำนวณ

เพื่อการเลือกตั้งที่เสรีและยุติธรรมเป็นเพียงทางออกเท่านั้น

แต่ผู้คนก็พยายามทำลายการมีส่วนสนับสนุนของพวกเขา

ในที่สุด EVM ก็พิสูจน์ให้เห็นถึงการสร้างของพวกเขาได้อย่างสมบูรณ์

แฮกเกอร์ไม่มีทางแฮ็กได้หากไม่มีการสื่อสาร

ความสมบูรณ์ของ EVM ได้รับการพิสูจน์แล้วเหนือความสงสัย

ในการเลือกตั้งปี 224 EVM เป็นผู้ชนะอย่างชัดเจน

เพื่อความยุติธรรมของ EVM แม้แต่คู่ต่อสู้ตัวฉกาจยังยอมแพ้

ในการเลือกตั้งอัตโนมัติ อินเดียเป็นผู้นำทาง

13. คณะกรรมการการเลือกตั้งของอินเดียดีที่สุด

ตะวันออกหรือตะวันตกในการดำเนินการเลือกตั้ง ECI ดีที่สุด

การวิพากษ์วิจารณ์ ECI ควรเข้าสู่โหมดจำศีลและพักผ่อน

ยุโรป แอฟริกา และอเมริกา ควรนำเข้า EVM ของอินเดีย

สำหรับการลดคาร์บอน สิ่งนี้จะช่วยให้พวกเขาแก้ปัญหาได้

ไม่มีใครมีศีลธรรมหรือสิทธิใดๆ ที่จะวิพากษ์วิจารณ์การเลือกตั้งของเรา

พวกเขาพยายามสร้างความสงสัยโดยอาศัยผลประโยชน์ส่วนตัว

ECI ตบหน้าสื่อตะวันตกที่เรียกตัวเองว่าเป็นกลาง

พวกเขาไม่มีไอเดียเกี่ยวกับความเป็นผู้ใหญ่ของผู้มีสิทธิเลือกตั้งชาวอินเดีย

ในอนาคตอเมริกาและยุโรปควรจะปิดปากเงียบไว้

มิฉะนั้น ความโกรธแค้นของชาวอินเดียจะระเบิดออกมาต่อความหน้าไหว้หลังหลอกของพวกเขา

14. โอ้ ฝ่ายค้าน ฝ่ายค้านที่รัก

ยอมรับคำตัดสินของผู้คนด้วยความอ่อนน้อมถ่อมตน

คุณยังมีโอกาสในสามสิบสี่หรือยี่สิบเก้า

ตอนนี้เล่นไพ่ 29 ก็ได้แล้ว

พักผ่อนใต้ต้นไม้ในหมู่บ้านห่างไกลและสับไพ่ใหม่

มิเช่นนั้นถึงยี่สิบเก้าจะชนะก็อาจยากลำบาก

ในปี 34 โมดีอาจไม่สามารถท้าทายคุณได้

แม้แต่ในทีมของคุณ ผู้นำเก่าก็จะมีน้อยมาก

ตอนนี้เล่นยี่สิบเก้า หมากควรเคี้ยว

บอกเล่าให้คนชนบทและคนชนบททราบถึงมุมมองของคุณ

แม้แต่ชาวนาที่ไม่มีการศึกษาก็สามารถเสนอความคิดใหม่ๆ ได้

15. คนดังชาวอัสสัมหายตัวไปริมฝั่งแม่น้ำ

ไม่รู้จักว่ายน้ำก็ขาดได้

ทางออกเดียวที่จะค้นหาและพบคุณได้คือการตกปลา

ไม่ว่าคุณจะเป็นคนดังหรือไม่ก็ตาม ริเวอร์ก็ไม่สนใจ

การไปใกล้แม่น้ำใหญ่เพียงลำพังจึงไม่ยุติธรรม

แม่น้ำพรหมบุตรมีกระแสน้ำลักษณะหายาก

ถึงจะว่ายน้ำเป็นก็ข้ามแม่น้ำพรหมบุตรไม่ได้

ดังนั้นควรหลีกเลี่ยงการสัมผัสน้ำในแม่น้ำเพื่อทำความสะอาดเท้า

เมื่อใดมีหมายจับประหารชีวิต ยมราชอาจทักทายได้

อายุแปดสิบแล้วไม่ทะเลาะกับลูกอีกแล้ว

นั่งมองท้องฟ้าคนเดียวในสวนชุมชน

หากคุณตัดสินใจที่จะตายด้วยตัวเองเพราะคุณไม่อยากมีชีวิตอยู่ต่อไป

ทิ้งหมายเหตุไว้อย่างน้อยหนึ่งบรรทัดบนโต๊ะเป็นส่วนที่เหลือ

ลูกหลานและญาติพี่น้องจะมีความตึงเครียดน้อยมาก

ตำรวจและสื่อมวลชนจะไม่สามารถไปคาดเดาอะไรไม่จำเป็นได้

16. 2084 ครั้งหนึ่งถูกกัดสองครั้งขี้อาย

มหาวิทยาลัยเคมบริดจ์ ออกซ์ฟอร์ด และฮาร์วาร์ด จะถูกเผาทำลาย

ประวัติศาสตร์ของมหาวิทยาลัยนาลันทาจะซ้ำรอยอีกครั้ง

ไม่มีใครจะเอ่ยคำใด ไม่มีใครจะปกป้องห้องสมุด

เพราะพวกเขาจะมีเสียงข้างมากที่ดุร้ายและควบคุมปุ่มนิวเคลียร์

ไม่มีการกล่าวถึงเคมบริดจ์และออกซ์ฟอร์ดในหนังสือศักดิ์สิทธิ์ของพวกเขา

คนนอกศาสนาทั้งหลายไม่มีสิทธิที่จะดำรงชีวิตอย่างมีเกียรติและศักดิ์ศรี

สโมสรต่างๆ จะหายไป และถนนในปารีสจะถูกปกครองด้วยกฎหมายสีดำ

โลกช่างแปลกประหลาด มันเริ่มต้นจากเปอร์เซียและคันธาร์จนกลืนกินโลก

ผู้คนในโลกจะต้องจ่ายราคาอันหนักอึ้งสำหรับความอดทน

บัดนี้เมื่อคนใกล้ตัวและคนที่รักถูกตี เขาก็ไม่อาจประท้วงได้แต่ร้องไห้

เมื่อพวกนอกศาสนาถูกขว้างด้วยก้อนหินจนตาย ผู้คนนับล้านต่างตะโกนด้วยความยินดี

ความผิดพลาดบางอย่างไม่มีทางแก้ไขได้ในอนาคต มีแต่ต้องทนทุกข์ต่อไป

หากผู้คนในปี 2527 เข้ามาควบคุมสถานการณ์ ทุกอย่างคงจะแตกต่างออกไป

แต่ตอนนี้มันสายเกินไปแล้ว ปารีส ลอนดอน โคเปนเฮเกน กลายเป็นเถ้าถ่านไปแล้ว

เมื่อไฟแห่งเคมบริดจ์และออกซ์ฟอร์ดดับลง ก็จะเหลือเพียงอารยธรรมอันมืดมนเท่านั้น

บัดนี้ถึงเวลาที่จะช่วยอิสราเอล ช่วยมนุษยชาติจากความมืดมิด

เปล่งเสียงของคุณออกมาก่อนที่พวกเขาจะก่ออาชญากรรมใหญ่หลวงอีกครั้งด้วยการสังหารชาวอิสราเอลผู้บริสุทธิ์

17. วันที่ [30] มิถุนายน ครึ่งปีผ่านไปโดยไม่มีใครสังเกตเห็น

ครึ่งปีผ่านไปยี่สิบสี่ปีผ่านไปโดยไม่มีใครสังเกตเห็น
ลองนึกถึงสิ่งที่น่าทึ่งที่คุณทำสำเร็จในช่วงหกเดือนที่ผ่านมา
หากคุณไม่ตรวจสอบเวลาและงานของคุณแม้ว่าจะผ่านไปแล้วครึ่งหนึ่ง
คุณจะไม่มีวันรู้ถึงความเร็วของเวลาที่ผ่านไปและภายใต้กระแสน้ำ
เวลาจะมาถึงอย่างไม่หยุดยั้งจนกว่าจะถึงเวลาแห่งความตาย
แต่ถ้าคุณไม่มีวินัยพอ คุณจะไม่มีทางรู้เลยว่าเวลาผ่านไปอย่างไร
เดือนกรกฎาคมเป็นช่วงเวลาที่ดีที่สุดในการจัดทำงบดุลครึ่งปี
เว้นแต่การใช้ในทางที่ผิดและการเสียเวลาของคุณถือเป็นเรื่องปกติและไม่เป็นไร
อย่าไปบ่นกับพระเจ้าหรือใครก็ตามสำหรับผลงานที่ไม่ดีของคุณในปีนี้
เมื่อถึงเดือนธันวาคมจะไม่มีใครมาเช็ดน้ำตาให้คุณอีกแล้ว
ดังนั้นวางแผนและจัดตารางเวลาของคุณให้ดีที่สุด จนกว่าจะสิ้นปี
จำสัญญาณเตือน เดือนมิถุนายน ไว้ให้ดี ส่งสัญญาณเตือนคุณ...

18. งบประมาณของอินเดีย

งบประมาณอินเดียเป็นเพียงการเล่นคำ
งบประมาณก็เป็นเพียงการพนันแห่งฤดูมรสุมเท่านั้น
งบประมาณอินเดียเป็นแหล่งของการวิพากษ์วิจารณ์โดยไม่มีเป้าหมาย
หลังจากงบประมาณแล้ว สื่อจะมีบทบาทที่แท้จริง
นักการเมืองทะเลาะกันในรัฐสภามุ่งเป้าและทิศทางน้อยลง
ชนชั้นกลางหวังเสมอว่าปีหน้าพวกเขาจะได้รับพร
คนจนไม่เข้าใจว่าการหักลดหย่อนมาตรฐานคืออะไร
สำหรับมนุษย์เงินเดือน การแสดงแครอทเป็นวิธีแก้ปัญหาที่ง่าย
ทุกปีเหมือนฤดูมรสุม งบประมาณมาและงบประมาณไป
คนจนยังต้องพึ่งพิงเงินปันส่วนฟรีอยู่

19. สมาร์ทซิตี้ กัวฮาติ ในประเทศอินเดีย

เมืองกูวาฮาติ ประตูสู่ภาคตะวันออกเฉียงเหนือของอินเดีย
การทำให้เมืองกูวาฮาติเป็นเมืองอัจฉริยะถือเป็นความคิดที่ดี
นโยบายมองตะวันออก ปฏิบัติตะวันออก ยังคงดำเนินอยู่
แต่สำหรับปัญหาของเมืองกูวาฮาติไม่มีวิธีแก้ไขที่ชัดเจน
สิ่งที่เพิ่มเติมเข้ามาคือความเสื่อมโทรมของสิ่งแวดล้อมและมลภาวะ
เมื่อฝนตก กูวาฮาติจะท่วม
ในช่วงวันแดดจัดและมีฝุ่นละออง เมืองกูวาฮาติเต็มไปด้วย
การจราจรติดขัดทำให้การเดินทางกลายเป็นประสบการณ์ที่เลวร้าย
หลุมขุดให้ความต้านทานทุกที่
พื้นที่น้ำท่วมมีภาวะขาดแคลนน้ำดื่มอย่างต่อเนื่อง
งานก่อสร้างทำให้ชีวิตของคนเป็นภูมิแพ้กลายเป็นนรก
มีทางเดินเท้าให้พ่อค้าแม่ค้าขายผัก
เมืองกูวาฮาติไม่ใช่เมืองที่น่าอยู่สำหรับผู้สูงอายุอีกต่อไป
หลายคนจะต้องตายก่อนที่สะพานลอยจะเกิดขึ้น
แต่ไม่มีใครเรียกร้องให้มีการบำรุงรักษาสิ่งอำนวยความสะดวกแก่ประชาชน
ผู้คนมีความสุขกับอินเวอร์เตอร์เมื่อไฟดับบ่อยๆ
นี่เป็นเพียงตัวอย่างบางส่วนของเมืองอัจฉริยะ Guwahati
สิ่งอำนวยความสะดวกสาธารณะที่ล้นเกินและประชากรที่เพิ่มขึ้นจะพังทลาย
เมืองอัจฉริยะ Guwahati ในช่วงชีวิตของเราจะไม่มีวันหวนกลับมาเป็นซ้ำอีก
ชื่อเมืองกูวาฮาติในฐานะสถานที่น่าอยู่จะเสื่อมความนิยมลงตลอดไป

20. เหนือขอบเขตของศาสนา

เหนือขอบเขตของศาสนา การคิดอย่างมีเหตุผลเริ่มต้น
คนอย่างกาลิเลโอและไอน์สไตน์เป็นคนมีเหตุผลและฉลาด
ศาสนาจะไม่ยอมรับว่าข้อความของพวกเขาถูกเขียนโดยมนุษย์
มีโอกาสเกิดข้อผิดพลาดระหว่างการสื่อสารด้วยวาจา
การประดิษฐ์กระดาษของชาวจีนเป็นเพียงการแก้ปัญหาทางวิทยาศาสตร์เท่านั้น
แต่ก่อนหน้านั้นผู้สื่อสารหลายคนได้เพิ่มความคิดของตนเองเข้าไป
บทกวีทางศาสนามากมายในแต่ละประเทศมีการทำงานที่แตกต่างกัน
ศาสนาไม่ได้กำจัดโรคไข้ทรพิษ โรคโปลิโอ หรือโรคเก่าๆ อื่นๆ ได้
การคิดนอกกรอบศาสนาและประเพณีทำให้วิทยาศาสตร์ทำให้ชีวิตของเราสะดวกสบายขึ้น
ในช่วงโควิด19 ศาสนาไม่ได้ทำอะไรเลยนอกจากการสวดมนต์
การฉีดวัคซีนเพียงอย่างเดียวสามารถช่วยชีวิตผู้คนนับล้านจากการเสียชีวิตได้
แต่คนจะเชื่อว่าข้อความในยุคกลางนั้นถูกต้อง
หากมนุษย์ไม่เปลี่ยนวิธีคิด อนาคตก็จะไม่สดใส

21. ฉันไม่ใช่อะไรเลยนอกจาก DNA ของฉัน

ฉันไม่ใช่อะไรอื่นนอกจากดีเอ็นเอที่พกพาข้อมูล
วิวัฒนาการของฉันเริ่มต้นมาตั้งแต่ล้านปีที่แล้ว
ฉันเพิ่มเพียงความรู้และข้อมูลบางส่วนเท่านั้น
RAM ทั้งหมดนี้จะถูกลบออกทันทีเมื่อฉันยุติการใช้งาน
แต่ในบางรูปแบบ ดีเอ็นเอของฉันจะมีความต่อเนื่อง
ฉันไม่สามารถเปลี่ยนยีนของฉันให้เป็นสายพันธุ์ที่เหนือกว่าได้
มันต้องดำเนินต่อไปในวิวัฒนาการและลูกเต๋าการคัดเลือกตามธรรมชาติ
ความสำเร็จทางวัตถุของฉันจะไปเริ่มต้นด้วยไฟแห่งการเผาศพ
ความสำเร็จอื่นๆ ของฉันจะค่อยๆ ปรากฏให้เห็นในเส้นทางแห่งความเจือจาง
ในโลกนี้ไม่มีอะไรให้จดจำอีกแล้วว่าเป็นผลงานการสร้างสรรค์ของตัวฉันเอง

22. อายุก็สำคัญ

เมื่ออายุได้ยี่สิบปี ฉันก็เริ่มรณรงค์เพื่อบ้านเกิดเมืองนอนของฉันอย่างหนัก

เมื่ออายุได้สามสิบ ความกบฏต่อระบบของฉันก็ลดลง

เมื่ออายุได้ 40 ปี ความรับผิดชอบในอาชีพการงานและครอบครัวเป็นสิ่งสำคัญที่สุด

อายุห้าสิบปีแล้ว ฉันไม่มีเวลาให้กับมาตุภูมิอันเป็นที่รักของฉัน

เมื่อผมเกษียณตอนอายุ 60 ผมกลายเป็นคนทำลายคุณค่าและสาเหตุต่างๆ

เมื่ออายุได้เจ็ดสิบ ฉันก็เริ่มพิการเพราะโรคภัยไข้เจ็บต่างๆ

ฉันรู้ว่าหลังจากอายุแปดสิบแล้วคงไม่มีใครสนใจฟังเสียงเห่าของฉันอีกแล้ว

ด้วยความทรงจำถึงความกล้าที่จะเอาชีวิตรอด ฉันอาจต้องดิ้นรน

หากคุณไม่คิดถึงชาติของคุณเมื่ออายุ 20 ปี คุณเป็นคนพิเศษ

แม้ว่าเมื่อสิ้นสุด 80 ปีที่ผ่านมาคุณก็ยังคงจดจำได้

23. เมื่อเราอายุมากขึ้น

ตอนเด็กๆ ตักแม่เป็นที่ที่สบายที่สุด

พอฉันโตขึ้น การนอนระหว่างพ่อกับแม่ก็ดีที่สุด

มีอยู่ช่วงหนึ่งฉันชอบนอนคนเดียวเพื่อความสบายใจและความเป็นส่วนตัว

การใช้เวลาอยู่กับเพื่อนและเพื่อนร่วมงานกลายเป็นเรื่องสำคัญและสำคัญที่สุด

นิสัยและทัศนคติของเราเปลี่ยนไปตามกาลเวลา

เราถือว่าทุกอย่างดำเนินไปอย่างถูกต้องและดีเสมอ

มีอยู่ครั้งหนึ่งเราลืมวัยเด็กอันแสนสวยงามของเราไปแล้ว

เรากลับมานึกถึงวันเก่าๆ ที่เราแก่เกินไปอีกครั้ง

ในวัยเด็ก ความคาดหวังของเราคือการเติบโตอย่างรวดเร็วและเป็นผู้ใหญ่

แต่หลังจากอายุ 60 แล้ว เราไม่อยากเคลื่อนไหวเร็วและกลายเป็นผู้โดยสารสุสาน

24. เช้าวันสุดท้าย

ทุกคืนก่อนนอนผมรู้สึกมีความสุขมาก
เพราะฉันคิดว่าวันนี้เป็นวันสุดท้ายของฉันและพรุ่งนี้จะไม่มาถึง
ในคืนนั้นฉันจะออกจากโลกอันแสนเจ็บปวดนี้ไปสวรรค์
ฉันจะได้พบกับเพื่อนเก่า พ่อ ปู่ย่าตายาย และคุณครูที่รักของฉัน
พวกเขาจะทักทายฉันด้วยความรักและกอดโดยไม่คาดหวังสิ่งใด
คนที่รักมากมายกำลังรอฉันอยู่ที่ปลายทาง
ตอนเช้าตื่นมาจะมองเห็นแสงแดดผ่านหน้าต่าง
ฉันลืมความฝันและเงาของวันวานไปแล้ว
รู้สึกดีใจมากที่ยังมีชีวิตอยู่และจะทำงานต่อไป
ในที่ที่จินตนาการสงบสุขและมีความสุขที่สุด หลุมศพ ฉันไม่หยุด
เพลิดเพลินกับวันที่มีผู้คนและธรรมชาติ
สำหรับฉัน วันนี้คืออดีต ปัจจุบัน และอนาคตเพียงอย่างเดียว
อีกครั้ง เมื่อสิ้นสุดวัน เมื่อฉันเข้านอน ฉันรู้สึกมีความสุข
วันนี้เป็นวันสุดท้ายของฉัน ที่ไม่มีความแตกต่างระหว่างความตายกับการหลับใหลครั้งสุดท้าย

25. มองออกไปข้างนอก

เพื่อนจะมาและเพื่อนจะไป
แต่ชีวิตก็ยังคงไหลเหมือนสายน้ำ
บางครั้งมืด บางครั้งสว่าง
ความเร็วอาจจะเร็วหรือช้าก็ได้
ชีวิตก็เหมือนลูกศรจนกว่าจะถึงจุดหมาย
ครอบครัวจะเป็นผู้เห็นเหตุการณ์ขณะที่เราย้าย
ไม่มีใครจะไปกับคุณ เวลาจะเป็นเครื่องพิสูจน์
แม้ว่าคุณจะถึงจุดหมายปลายทางแล้วก็ตาม
เพื่อแบ่งทรัพย์สมบัติของคุณ ผู้คนจะเริ่มพูดคุยกัน
ทนายความและศาลจะมีส่วนสนับสนุน
ในศาลชื่อของคุณอาจอยู่ในลำดับต่อ
สักวันคนที่โต้แย้งกันจะหาทางแก้ไข
ชื่อของคุณสำหรับพวกเขาจะอยู่ในความทรงจำตลอดไป
อย่ากังวลว่าเพื่อนจะไปหรือยืนอยู่เคียงข้างคุณ
นั่งไปนั่งที่หน้าต่างมองดูทัศนียภาพภายนอก

26. คุณเหนือกว่าค่าเฉลี่ยหรือไม่

งานหรือกิจกรรมใดๆ ในชีวิตก็จะกลายเป็นเรื่องน่าเบื่อไปในที่สุด
แต่สำหรับคนฉลาดน้อย งานซ้ำซากเดิมๆ ก็ไม่เป็นไร
หลายๆ คนไม่ชอบที่จะใช้เวลาทั้งชีวิตไปกับการทดลองไวน์
การทำงานซ้ำๆ เดิมๆ ทุกเช้าอาจกลายเป็นภาระ
เพื่อจะออกไปทำไร่ใหม่ คนส่วนใหญ่ก็มักจะตัดสินใจกันทันที
หากคุณเป็นคนฉลาดและมีจิตใจเปิดกว้างและสร้างสรรค์
ต้อนรับการเปลี่ยนแปลงที่จะเกิดขึ้นในชีวิตของคุณด้วยความกรุณาเสมอ
อย่ากลัวความปลอดภัยและภูมิประเทศที่ไม่คุ้นเคยที่มีอนาคตที่ไม่แน่นอน
พืชผลจะเจริญเติบโตได้ดีในดินบริสุทธิ์เท่านั้น ซึ่งคุณคงเคยเห็นในธรรมชาติ
ภาพประกอบเรื่องความปลอดภัยและความมั่นคงทำให้ชีวิตที่มีพลังงานมากมายต้องพังทลาย
นวัตกรรมเดียวของพวกเขายังคงอยู่ในวัยกลางคนเพื่อตอบสนองภรรยาของเขา
นโยบายโซนสบายเหมาะสำหรับคนที่เฉื่อยชาและมี IQ ต่ำ
หากคุณคิดว่าคุณมีพลังงานเหนือกว่าค่าเฉลี่ย ลองบาร์บีคิวแบบใหม่

27. ความอยากรู้เป็นสิ่งที่ดี

การยุ่งเรื่องของคนอื่นเป็นการกระทำที่ไม่สุภาพ
แต่การจะแก้ปัญหาได้ ความอยากรู้คือทางออกที่ดีกว่า
ความอยากรู้อยากเห็นช่วยจุดประกายความคิดให้เข้าไปอยู่ในสถานการณ์ที่ซับซ้อน
ความอยากรู้อยากเห็นสามารถชี้แนะแนวทางให้คุณได้เพื่อค้นพบสิ่งใหม่ๆ
การถามว่าอย่างไรและทำไมจึงช่วยให้เยาวชนสร้างสรรค์นวัตกรรมได้เสมอ
ด้วยความอยากรู้อยากเห็น ทำการเรียงสับเปลี่ยนและจัดกลุ่มด้วยตัวเอง
แทนที่จะท่องจำสูตรต่างๆ มันอาจจะช่วยให้คุณบรรลุเป้าหมายได้
อย่าแหย่จมูกเมื่อเพื่อนบ้านทะเลาะกัน
ความอยากรู้อยากเห็นนี้อาจผลักดันคุณไปสู่ปัญหาใหญ่ที่กำลังจะเกิดขึ้น
แต่การลองทำอะไรแปลกๆ ในชีวิตก็อาจเรียนรู้อะไรบางอย่างได้

28. ชายชรากับชายหนุ่ม

อย่าผิดหวังเมื่อมีคนบอกคุณว่า

คุณโชคดีที่เดินทางสำเร็จแล้ว

เวลาดีขึ้น สภาพแวดล้อมและสิ่งแวดล้อมดีขึ้น

การแข่งขันที่ไร้จริยธรรมและฝูงชนที่บ้าคลั่งบนท้องถนนนั้นเกิดขึ้นไม่บ่อยนัก

แทนที่จะโกรธเคือง จงหัวเราะเยาะพวกเขาสำหรับเส้นทางที่เลวร้ายข้างหน้า

คุณโชคดีที่สามารถทำการเดินทางให้สำเร็จในขอบเขตเวลาที่แตกต่างกัน

ผมขาวและผิวที่แก่ชราเป็นสัญญาณของการชะลอตัวของรถไฟ

ทุกเมื่อมันจะเป่านกหวีดและหยุดที่จุดหมายปลายทางของคุณเพื่อส่งคุณลงมา

ความสะดวกสบายในการไปถึงจุดหมายเป็นเรื่องน่าตื่นเต้น

เมื่อถึงจุดหมายปลายทางย่อมมีเพื่อนเก่าพร้อมรอยยิ้มรออยู่

29. การทดสอบความบริสุทธิ์

การทดสอบความบริสุทธิ์ของชายไม่เคยเกิดขึ้นมาก่อนในประวัติศาสตร์ของมนุษยชาติ
ทุกอารยธรรม วัฒนธรรม หรือศาสนา ล้วนไม่เมตตาต่อผู้หญิง
เหตุผลนั้นง่ายมาก เพราะบรรดาผู้เผยพระวจนะทั้งหมดล้วนเป็นจินตนาการของผู้ชาย
ทุกศาสนาและทุกวัฒนธรรมต่างก็มีความโน้มเอียงไปทางความเป็นชายเป็นใหญ่
แม้แต่ในประเทศที่ปกครองโดยราชินี เจ้าหญิงก็ยังถูกบังคับให้ทดสอบความบริสุทธิ์
แต่เจ้าชายสามารถมีประสบการณ์การมีคู่สมรสหลายคนและมีความสุขที่สุด
ความไม่เท่าเทียมกันทางเพศยังคงดำเนินต่อไปอย่างต่อเนื่องเป็นเวลาหลายศตวรรษโดยไม่หยุดพักเลย
ในบางศาสนา การกักขังผู้หญิงไว้ในบ้านถือเป็นกลอุบายในการแสวงหาประโยชน์
ในประเทศใด ๆ ไม่เคยมีผู้หญิงถูกมองว่าเท่าเทียมกัน
เพดานกระจกยังอยู่ในสภาพไม่แตกและสังคมของเรายังคงเจ็บป่วย

30. ฉันเป็นเพียงเด็กตัวเล็กๆ เมื่ออยู่คนเดียว

ให้การเดินทางของเราในการแสวงหาแสงสว่างเป็นสิ่งที่ไม่อาจพิชิตได้

ฉันตัวเล็กอยู่คนเดียวแต่เราเป็นทีมเดียวกัน

เราสามารถสร้างเขื่อนขนาดใหญ่และเปลี่ยนเส้นทางของแม่น้ำได้

การสร้างอุโมงค์ใต้เนินเขาสำหรับทางหลวงเป็นงานเล็กๆ น้อยๆ

แต่ฉันไม่สามารถยกภูเขาสูงได้เหมือนสมัยรามายณะ

แต่ร่วมกันสร้างโลกใหม่ได้อย่างง่ายดาย

ความพยายามของเราควรจะเหมือนลิงที่สร้างสะพานของอดัม

ความภูมิใจในตนเองและความภูมิใจสามารถผลักดันฉันไปสู่หายนะได้เท่านั้น

ในฐานะคนโสด เร็วหรือช้า เวลาจะบังคับให้ฉันเกษียณ

แต่ทีมที่เราพัฒนาจะสร้างปาฏิหาริย์เพื่อพิชิต

31. เวลาเป็นและจะไม่เลวร้ายอีกต่อไป

ช่วงเวลาไม่เคยยากลำบาก หยาบกระด้าง รุนแรง หรือทรหด
ก็เป็นปกติเหมือนสมัยบรรพบุรุษของเรา
แต่ฉันคิดว่าเวลาเป็นสิ่งไม่ดีในระหว่างวัน แม้ว่าพระอาทิตย์จะขึ้น
ตอนกลางคืนผมบอกว่าถนนลื่นมาก และมองไม่เห็นขั้นบันได
เป็นความผิดของฉันเองที่ลืมเปิดไฟฉายที่ฉันพกมา
เมื่อสิ้นชีวิต ฉันจึงรู้ว่ากาลเวลาไม่ได้เลวร้ายหรือดี
เป็นการรับรู้ของจิตว่าเวลาไม่ดีทั้งกลางวันและกลางคืน
ในช่วงวันฝนตกฉันก็สามารถย้ายบ้านได้เร็วขึ้นโดยพกร่มไปด้วย
เมื่อถึงคืนพระจันทร์เต็มดวง ฉันสามารถเดินทางได้เป็นไมล์
แต่โทษเวลาทุกอย่างจนลืมไปว่าโมเมนตัมคือเวลา
การคิดผิดในวันนี้คือช่วงเวลาเลวร้ายที่ทำลายชีวิตอันสดใสหลายๆ ชีวิต

32. การเอาชีวิตรอดเป็นหลัก

กาลครั้งหนึ่งเราเคยขายเพื่อนมนุษย์ด้วยกัน
มีตลาดค้าทาสอยู่หลายแห่งทั่วโลก
มนุษย์ถูกสังเวยเพื่อเอาใจเทพธิดาผู้หิวกระหายเลือด
สิ่งต่างๆ เปลี่ยนแปลงไปอย่างช้าๆ และตอนนี้มนุษย์ก็รอดพ้นจากสิ่งนี้แล้ว
เรารักและดูแลสัตว์เลี้ยงของเราเหมือนเป็นส่วนหนึ่งของครอบครัว
พวกเขาศรัทธาในตัวเราอย่างเต็มเปี่ยม โดยคิดว่าเราเหมือนกับพวกเขาเอง
แต่เช้าวันหนึ่งเราขายพวกมันให้กับคนขายเนื้อเพื่อแลกกับเงิน
ความรัก การดูแล และปี ความผูกพันทั้งหมดหายไปในความต้องการหรือความโลภ
การดำรงชีวิตของตัวเองให้อยู่รอดเป็นเรื่องสำคัญอันดับแรกเสมอ
ความรัก ความห่วงใย ความสัมพันธ์ มิตรภาพ ล้วนเป็นเรื่องรองทั้งสิ้น
รหัสพันธุกรรมยังคงเหมือนเดิม แม้ว่าเราจะอ้างว่ามีอารยธรรมมากกว่าก็ตาม
ทุกวันนี้แม้แต่ผู้หญิงและเด็กก็ยังถูกทารุณกรรมในรูปแบบที่แตกต่างกัน

33. การติดเชื้ออันตราย

ชีวิตคือการติดเชื้ออันตรายที่เริ่มต้นด้วยการมีเพศสัมพันธ์

เมื่ออสุจิพบกับไข่แล้ว มันก็จะขยายตัวต่อไป

หลังจากเห็นแสงบนโลกเร็วขึ้นก็เริ่มเคลื่อนที่

สำหรับมนุษย์โฮโมเซเปียนส์ การเคลื่อนไหวทางเพศเปรียบเสมือนเงาของความรักหรือในทางกลับกัน

ชีวิตที่มึนเมาในความไม่แน่นอนดำเนินต่อไปจนตาย

อย่างไรก็ตาม ชีวิตของแต่ละบุคคลนั้นแตกต่างกันออกไปตามหลักคณิตศาสตร์

ชีวิตที่มึนเมาเป็นไวรัสในสิ่งมีชีวิตทุกชนิดเพื่อดำรงชีวิตต่อไป

แต่ไม่มีใครรู้ว่าเมื่อใดหัวใจจะหยุดเต้นและโลกจะเพิกเฉย

ลักษณะไวรัลนี้ฝังอยู่ในยีนของทุกคน

เพื่อสนุกสนานกับความตื่นเต้นของความมึนเมา เราทุกคนต่างก็กระตือรือร้น

ชีวิตจะดำเนินต่อไปด้วยรหัส DNA ในปัจจุบันด้วยความรัก

เว้นแต่ว่า DNA ของเราจะวิวัฒนาการไปเป็นอีกแบบหนึ่งในเส้นโค้งของชีวิต

34. สุนัขเลี้ยง

เพื่อนที่ดีที่สุดของมนุษย์โฮโมเซเปียนส์ตั้งแต่สมัยโบราณ
สุนัขที่เดินทางมากับยุธิษฐิรไม่ใช่เรื่องบังเอิญ
ไลก้า สุนัขเป็นนักเดินทางคนแรกที่ไปอวกาศ
หลังจากการเดินทางของสุนัข ประเทศต่างๆ ก็เริ่มแข่งขันกัน
เพื่อนดมกลิ่นของมนุษย์เร่ร่อนที่ยังคงทำหน้าที่ของตน
พวกมันยังถูกใช้โดยตำรวจเพื่อควบคุมฝูงชนที่ไม่เชื่อฟังอีกด้วย
ไม่มีมนุษย์คนใดจะซื่อสัตย์ได้เท่ากับสุนัขเลี้ยง
เช่นเดียวกับหุ่นยนต์และคอมพิวเตอร์ สำหรับสุนัขของเจ้านายนั้นเป็นแบบออร์โธดอกซ์
ความกลัวโรคพิษสุนัขบ้าเป็นอาวุธที่ทรงพลังมากกว่าการถูกกัด
สุนัขไม่ยอมให้มีการทำร้ายหรือทำร้ายเพื่อนของมัน
เป็นผลงานสร้างสรรค์อันแสนวิเศษของธรรมชาติที่ร่วมทางกับเรา
สุนัขที่ได้รับการฝึกฝนที่เติบโตมาพร้อมกับคุณโดยที่ไม่ต้องมีความคิดไว้วางใจ

35. ความฝันอันยิ่งใหญ่ของอินเดีย

ประชากร มลพิษและการทุจริต หัวใจ ตับและไตของจิตวิญญาณของอินเดีย
ด้วยความเชื่อโชคลางและวัฒนธรรมที่ไร้จริยธรรม เด็กและประชาชนก็กลายเป็นแม่พิมพ์
ประชาชนยอมรับการติดสินบนและการทุจริต และการโกงเป็นส่วนหนึ่งของชีวิตชาวอินเดีย
คุณสมบัติและความจำเป็นเหล่านี้เป็นสิ่งที่ทุกคนไม่อาจแยกจากกันได้ เช่น ภรรยา
นักการเมือง ตุลาการ ตำรวจ และทหาร ทุกคนต่างก็ได้รับส่วนแบ่งที่ตนควรได้รับ
สำหรับคนที่ไม่มีคุณธรรมจริยธรรมเลยไม่มีใครใส่ใจหรือใส่ใจ
ต้องยึดถือหลักสามลิงจึงจะใช้ชีวิตได้อย่างมีความสุข
ต้องร่วมทุจริตและแบ่งทรัพย์สินให้ทุกคนตามสัดส่วน
หากคุณคิดว่าวันหนึ่งอินเดียจะเป็นประเทศที่พัฒนาแล้วและมีคุณธรรม
คุณเป็นบ้าหรือใช้ชีวิตอย่างโง่เขลาโดยไม่มีหลักจริยธรรม

36. ศาสนาคือฝิ่นหรือแอลกอฮอล์?

ศาสนามิใช่ฝิ่นของมวลชน
แต่เป็นแอลกอฮอล์สำหรับทุกชั้นเรียน
ตราบใดที่คุณดื่มสักหนึ่งหรือสองแก้วมันก็ดี
แต่ไม่ควรดื่มแอลกอฮอล์เป็นอาหารจานหลัก
จำนิทานเรื่อง 'ปีศาจกับขนมปังชาวนา' ไว้นะ
หลังจากตอกหมุดสามครั้ง คนส่วนใหญ่ก็สูญเสียการควบคุม
และคลิปไวรัลเกี่ยวกับพฤติกรรมคนเริ่มล้อเลียน
ศาสนาก็เหมือนกันตราบใดที่คุณปฏิบัติตามเพื่อสุขภาพจิต
แต่ตาบอดก็เอาไปใช้สะสมทรัพย์สมบัติ
คุณกลายเป็นคนเคร่งศาสนาภายในกล่องดำของศาสนา
นอกเหนือไปจากศาสนาแล้ว คุณไม่เคยมองหาอะไรเพื่อแก้ปัญหาเลย
คุณสามารถฆ่าเพื่อนได้เพียงเพราะความเห็นที่แตกต่างทางศาสนา
จำไว้ว่าศาสนาทั้งหมดมีพื้นฐานมาจากความมึนเมาเหมือนกัน
วัตถุดิบพื้นฐานของแอลกอฮอล์ทั้งหมดเหมือนกัน ไม่มีความแตกต่างในระดับต่ำสุด
ศาสนาทั้งหมดมีส่วนผสมเดียวกัน แต่มีเส้นทางการเดินทางที่แตกต่างกัน

37. เป็นฮีโร่ของตัวเองโดยไม่ต้องมีเหตุผล

ชีวิตเปรียบเสมือนการ โจมตีของกองกำลังแสง
เมื่อต้องเคลื่อนที่บนภูมิประเทศที่ยากลำบาก อย่าลืมพันผ้าพันแผล
ไม่ต้องถามว่าทำไมฉันถึงมาและมีจุดประสงค์อะไร
ไม่มีใคร ไม่มีนักปราชญ์ แม้แต่ผู้เผยพระวจนะก็ไม่มีใครคิด
อยู่และทำงาน ทำงานและก้าวต่อไป โดยไม่ต้องถามเหตุผล
จงใช้ชีวิตต่อไป แม้จะไม่มีอาชญากรรม คุณก็อยู่ในคุก
ปัญหาต่างๆ จะถูกทิ้งไว้ข้างหลังคุณ ทางด้านขวาของคุณ
แต่การจะคอยช่วยเหลือคุณเมื่อคุณล้มลงนั้นจะมีจำกัดเพียง ไม่กี่คน
ถึงแม้ว่าอันตรายจะมาจากด้านบนหรือด้านล่างเท้าก็ตาม
ด้วยรอยยิ้มและความกล้าหาญเท่านั้นที่คุณต้องเผชิญ
อย่ากังวลกับจุดมุ่งหมายของชีวิตเพราะคำตอบคือศูนย์
จงเป็นฮีโร่ของตัวเอง โดยไม่ต้องถามหาเหตุผลในการวิ่ง

38. การเดินเรือออกไปในทะเลที่เป็นศัตรู

การเดินเรือในท้องทะเลอันโหดร้ายทำให้ผู้คนที่กล้าหาญค้นพบดินแดนใหม่
ดินแดนของตนเอง ผู้คนที่ยังคงอยู่นิ่งเฉย แม้แต่ป้องกันก็ไม่สามารถ
ลูกหลานแห่งผืนดินยอมจำนนอย่างอ่อนน้อมไปทั่วโลก
เพราะขาดความกล้าที่จะปกป้อง หลายประเทศจึงถูกปล้น
เว้นแต่คุณจะเดินหน้าไปในทะเลอันไม่แน่นอนเพราะกลัวสภาพอากาศเลวร้าย
จำไว้ว่าแม้อยู่ในดินแดนที่ปลอดภัย คุณก็อาจโดนฟ้าผ่าได้
การอยู่บนฝั่งมองดูท้องฟ้าคือความล้มเหลวและความผิดพลาดครั้งใหญ่ที่สุด
การเรียนรู้ทักษะที่ดีขึ้นทำได้โดยการล่องเรือในทะเลที่เป็นศัตรูเท่านั้น
เพื่อให้เป็นผู้เชี่ยวชาญและทำงานได้อย่างมีประสิทธิภาพ ทุกคนต้องได้รับการฝึกฝน
จากนั้นการค้นพบดินแดนใหม่จะทำให้คุณตื่นเต้น

39. สักวันหนึ่งเราจะร้องเพลงด้วยกัน

ขอบคุณพระเจ้า สักวันหนึ่งเพื่อนๆของฉันทุกคนจะต้องจากโลกนี้ไป

เราจะร้องเพลงเดียวกันนี้ร่วมกันถ้าสวรรค์มีอยู่จริง

บางคนอาจลองยึดติดกับโลกที่สวยงามกลายเป็นผี

แต่แม่มดจะทำให้พวกเขาร้องไห้และพวกเขาจะย่างตาย

แล้วพวกมันจะพยายามขึ้นสวรรค์และเริ่มละลายน้ำแข็ง

เมื่อดวงวิญญาณที่บริสุทธิ์ทั้งหมดมาพบกัน ช่างเป็นความยินดีอะไรเช่นนี้

บางคนยังเล่นของเล่นสุดโปรดในวัยเด็กอีกด้วย

ฉันจะไปที่นั่นอย่างคนยากจนโดยไม่ต้องพกเงินสักสตางค์เดียว

การขอยืมจากสวรรค์หากจำเป็นสำหรับฉันถือเป็นเรื่องน่าขัน

ฉันมั่นใจว่าเพื่อนเก่าของฉันจะบริจาคให้ฉันในการเดินทางสู่สวรรค์

40. ในทะเลทรายอันไร้ขอบเขต

ทุกคนในทะเลทรายอันกว้างใหญ่แห่งนี้กำลังค้นหาโอเอซิสและน้ำ
แต่คนส่วนใหญ่ก็ไล่ตามภาพลวงตาแล้วก็ตายเหมือนผึ้ง
ไม่ใช่โอเอซิสหรือน้ำในช่วงชีวิตที่พวกเขาเห็น
บางคนไปถึงโอเอซิสแล้วจากโลกนี้ไปอย่างเหนื่อยล้าและเจ็บป่วย
อีกไม่กี่คนตายขณะไปถึงทะเลสาบในโอเอซิสโดยไม่ได้ดื่มน้ำ
ยังมีการแย่งชิงโอเอซิสอย่างบ้าคลั่งตั้งแต่กำเนิดของมนุษย์
โมเมนตัมเริ่มต้นที่ได้รับจากผู้ปกครองที่อยู่ในการแข่งขันเช่นกัน
แม้ว่าตัวพวกเขาเองจะหาทิศทางหรือร่องรอยไม่พบก็ตาม
ความหวังเดียวคือคนรุ่นต่อไปจะพบในนามของพวกเขา
แต่สำหรับคนรุ่นต่อไปนั้นยากกว่านั้นคือสนามหญ้า
มีหลายรุ่นหลายรุ่นที่ต้องวิ่งในทะเลทราย
ระหว่างที่อารยธรรมที่เจริญรุ่งเรืองกลับเสื่อมถอยและล่มสลาย

41. ฉันไม่สามารถซื้อของหรูหราได้

ฉันรู้ว่าเก้าสิบเก้าจุดเก้าเก้าเปอร์เซ็นต์ของผู้คนจะไม่ตายในคืนนี้

สำหรับหลายๆ เปอร์เซ็นต์เหล่านั้น วันพรุ่งนี้อาจจะสวยงาม สดใส และถูกต้อง

แต่คืนวันนี้ ประชาชนเหลือศูนย์จุดศูนย์หนึ่งเปอร์เซ็นต์ ที่จะต่อสู้เพื่อชีวิตต่อไป

พรุ่งนี้สถานะการเงินและสุขภาพของพวกเขาอาจจะย่ำแย่และตึงเครียด

ในจุดศูนย์จุดศูนย์มีเคล็ดลับสำหรับความก้าวหน้าและความสำเร็จอยู่หนึ่งอย่าง

หากคุณคิดว่าคุณอาจอยู่ในกลุ่มเล็กแล้วก็จะไม่มีอะไรค้างอยู่

คุณจะทำให้ทุกงานในวันนี้สำเร็จลุล่วงไปด้วยดีด้วยความมุ่งมั่นและจริงใจจนถึงที่สุด

เมื่อพรุ่งนี้มาถึง คุณจะเริ่มต้นกิจกรรมใหม่ๆ อย่างร่าเริงไปตลอดชีวิต

คนส่วนใหญ่จะเริ่มงานเก่าๆ โดยไม่ต้องลับคมมีด

เร่งรัดทุกอย่างเพื่อวันพรุ่งนี้หรือวันถัดไป มีเพียงเก้าสิบเก้าเปอร์เซ็นต์เท่านั้นที่ทำได้

ฉันไม่สามารถทำความหรูหราแบบพวกเขาได้ เพราะฉันอยู่ที่จุดศูนย์ศูนย์หนึ่งเท่า

42. ชัยชนะของทรัมป์

เขาเป็นคนเข้มแข็ง มีนโยบายเศรษฐกิจ และมีจิตใจที่เด็ดขาด

สำหรับความไม่สงบทางการเมืองมากมายในโลก เขาจะหาทางแก้ไข

ต่อผู้ก่อการร้ายและผู้ก่อความวุ่นวาย เขาไม่ใจดีเลย

ต่อกลุ่มที่ไม่ยอมรับอิสลาม เขาจะไม่หลงลืมตน

ชัยชนะของทรัมป์เป็นการโจมตีครั้งใหญ่ต่อปรสิตทางสังคมและความเชื่อดั้งเดิม

เพื่อกำจัดสิ่งเหล่านั้น เขาจะใช้วัคซีนชนิดใหม่จากกล่องของเขา

เขาพิสูจน์แล้วว่าประชาธิปไตยเป็นเพื่อประชาชน โดยประชาชน และเพื่อประชาชน

สื่อถึงกับใช้เรื่องเล่าเท็จเพื่อเอาชนะเขาอย่างง่ายๆ

ตอนนี้การหาเงินจากการโกหกของพวกเขาเริ่มจะพิการแล้ว

ด้วยการที่เขาปกครองทั้งวุฒิสภาและสภาผู้แทนราษฎร อำนาจของเขาจึงเพิ่มขึ้นเป็นสามเท่า

43. เราจงเฉลิมฉลองชัยชนะแห่งความจริง

เราจงเฉลิมฉลองชัยชนะของความจริงเหนือความเท็จ

ด้วยทรัมป์ พลเมืองทุกคนในโลกควรยืนหยัด

ผู้คนนับล้านทั่วโลกต้องดำรงชีวิตอยู่โดยไม่มีอาหาร

ทรัมป์จะหยุดสงครามที่กำลังดำเนินอยู่ทั้งหมด มันดีมาก

ในตลาดคนจะอารมณ์ดีขึ้น

คนกลางไม่พอใจกลัวค่าคอมมิชชั่นลดลง

พวกเขาจะไม่สนับสนุนใครเพื่อการแก้ปัญหาถาวรใดๆ

พวกปัญญาชนจอมปลอมและพวกฆราวาสจะเผชิญกับการเต้นรำ

ทรัมป์จะบังคับให้พวกเขาออกไปหรือไปนั่งที่ม้านั่งด้านหลัง

เราซึ่งเป็นประชาชนผู้มีความอดทนควรยืนเคียงข้างทรัมป์

44. มีความสุข

ด้วยชัยชนะของทรัมป์ จงมีความสุข อย่ากังวล
แม้แต่คู่แข่งของเขา เขาก็ยังเสนอแบล็กเบอร์รี่ให้
เขาจะมอบเชอร์รี่แดงอันสวยงามให้แก่ผู้สนับสนุนของเขา
ทุกคนควรร่วมกันรื่นเริงกัน
ผู้ก่อการร้ายอิสลามควรหลบหนีด้วยเรือเฟอร์รี่ที่แล่นมาด้วยความเร็วสูง
อาจมีใจที่ร้อนรุ่มในค่ายที่พ่ายแพ้
สี่ปีแห่งความโชคดี พวกเขาต้องเดินแบบบนรันเวย์
หลังจากผ่านไปสี่ปีพวกเขาต้องทำงานหนักเพื่อจุดตะเกียงของตน
ตอนนี้การวิจารณ์ไม่มีทางเลือกอื่นนอกจากต้องทนกับทรัมป์
ควรขับรถด้วยความระมัดระวังเพื่อหลีกเลี่ยงอาการขนลุก

45. การมาและการไป

จุดเริ่มต้นและจุดสิ้นสุดคือการเดินทางที่คล้ายคลึงกัน
เรามาจากโรงพยาบาลบนไหล่ของใครบางคน
และย้ายไปที่สุสานบนไหล่ของใครบางคน
การเดินทางระหว่างนั้นอาจจะแตกต่างกันสำหรับแต่ละคน
แต่การเดินทางกลับบ้านและสุสานก็เหมือนกันและเรียบง่าย
เสียงโห่ร้องและการเฉลิมฉลองการมาถึงของผู้อื่นด้วยความยินดี
ทุกสิ่งย่อมสิ้นสุดลงอย่างเงียบๆ บางคนอาจถึงขั้นตายไปนานแล้ว
คุณไม่ได้ตระหนักถึงความยากลำบากและเส้นทางแห่งความเป็นศัตรูของเขา
ใกล้หลุมศพของท่าน คุณก็ถูกฝังไว้เช่นกัน แต่คุณไม่รู้จักเขา
เพราะการมาและการไปนั้นไม่ใช่การกระทำของคุณ แต่เป็นคนอีกไม่กี่คน

46. ความสุขเป็นเป้าหมายเดียวของคุณหรือเปล่า?

หากความสุขคือเป้าหมายเดียวในชีวิตของคุณ ไม่จำเป็นต้องทำงานหนัก
การใช้ชีวิตเรียบง่ายในกระท่อมในชนบทเป็นทางเลือกที่ง่ายและประหยัด
มีสุนัขเลี้ยงและเล่นกับมันโดยโยนลูกบอลและให้อาหารนก
การตกปลาในบ่อใกล้ๆ จะทำให้การตกปลาสนุกสนานไปพร้อมเพื่อนๆ อย่างมีความสุข
คุณสามารถเพลิดเพลินกับดวงดาวและพระจันทร์เต็มดวงทุก ๆ สองสัปดาห์อย่างสนุกสนาน
ในยามมืดมิด หิ่งห้อยจะคอยนำทางคุณอย่างเงียบๆ และสัตว์เลี้ยงของคุณก็จะคอยนำทางคุณ
แต่ถ้าคุณไม่ได้มีความสุขแค่เพียงความสุขเท่านั้น แต่ต้องการมากขึ้น
จะมีความซับซ้อนมากมายรอคุณอยู่ในร้าน
เพื่อความสะดวกสบายของบ้านสวยพร้อมสวนและสระว่ายน้ำ
การทำงานหนักและหารายได้ให้มากขึ้นเป็นกฎข้อเดียว
เมื่อคุณมีเงินมากขึ้น คุณต้องการชื่อเสียงและชื่อเสียง
แล้วการประสบความสำเร็จในชีวิตจะกลายเป็นเป้าหมายและเกมของคุณ
ในการแข่งขัน คุณจะยุ่งเกินกว่าจะลืมความเรียบง่ายและความสุข
ทุกๆวันคุณจะมีภาระงานและความเหนื่อยล้าเพิ่มมากขึ้น
หากความสำเร็จ ชื่อเสียง และชื่อเสียงไม่ใช่เป้าหมายที่คุณต้องการบรรลุ
ยึดมั่นในวิถีชีวิตที่เรียบง่ายและยอมรับว่าความไม่รู้คือพรอันประเสริฐ

47.โลกเป็นตลาดแล้ว

โลกในปัจจุบันเป็นตลาดเสมือนจริงที่เต็มไปด้วยสินค้าปลอม
ทุกคนพยายามขายอะไรบางอย่างให้กับคนอื่นที่มีความประพฤติไม่ดี
มิตรภาพและความสัมพันธ์กำลังพังทลายเนื่องจากการตลาดปลอม
เพื่อหลอกคนอื่นและหารายได้ด้วยการโกหก ทุกคนกำลังพยายาม
สำหรับเรื่องคอมมิชชั่นเรื่องความสัมพันธ์ไม่มีใครมายุ่ง
ขายแล้วขายเลยไม่ต้องสนใจเรื่องอื่นเพื่อสร้างรายได้
ในโลกและสังคมที่เน้นตลาด เงินคือสิ่งที่ดีที่สุด
จริยธรรมในการขายไม่มีอยู่จริง ทุกคนพยายามดักจับผู้ซื้อที่หลงเชื่อ
การตลาดหลายชั้นกำลังเผาชีวิตผู้บริสุทธิ์จำนวนมาก
ความโลภเป็นแรงผลักดันที่ทำให้ทุกคนกลายเป็นพ่อค้า
เพื่อเงินด่วนแม้แต่ผู้มีความคิดเห็นแตกต่างก็ยอมแพ้ง่ายๆ

48. ลองทำอะไรที่แตกต่างออกไป

ไม่มีใครชอบกินแกงไก่เป็นอาหารทุกวัน
เร็วๆ นี้บางคนจะเปลี่ยนมาทานไก่ทอดหรือไก่ผัดพริก
บางคนอาจลองทานเนื้อสัตว์อื่น ๆ หรืออาหารมังสวิรัติด้วย
แม้แต่อาหารที่ดีที่สุดในร้านอาหารที่ดีที่สุดก็ยังผ่านการทดสอบในไม่ช้า
โฮโมเซเปียนส์ชอบการเปลี่ยนแปลง ความหลากหลาย และสิ่งต่างๆ ที่แตกต่างกัน
แรงผลักดันในการแสวงหาสิ่งใหม่ๆ นั้นมีอยู่ในตัวบุคคลทุกคน
มนุษย์ทุกคนมีความสามารถในการคิดสร้างสรรค์และมีความคิดใหม่ๆ
เขาเท่านั้นที่ควรลองเมนูใหม่ๆ นอกจากเมนูโปรดของเขา
บางครั้งมะระก็อร่อยกว่าไก่เนย
อย่ายึดติดกับโซนที่ง่ายและสบายของคุณนานเกินไป
มันจะทำลายความอยากรู้อยากเห็นและความคิดสร้างสรรค์ของคุณในไม่ช้า
หากมีโอกาสก็จะมีการทดสอบใหม่ๆ ไอเดียใหม่ๆ เกิดขึ้นเสมอ
สักวันคุณจะแปลกใจว่าทำไมฉันถึงยึดติดกับวิธีเก่ามานาน
เพราะหากมีสิทธิบัตรจำนวนมาก โปรไฟล์ของคุณจึงจะแข็งแกร่งเกินไป

49. คุณสามารถจ่ายได้แต่ฉันจ่ายไม่ได้

ฉันไม่อาจเสียเงินไปเปล่าๆ เพราะฉันจน

คนจนไม่สามารถเสียเวลาไปโดยเปล่าประโยชน์ได้ เวลาคือเงิน

คนรวยสามารถเสียเวลาไปเปล่าๆ ได้อย่างไม่ลังเล

พวกเขาสามารถซื้อเวลาได้ทุกเมื่อโดยจ่ายเงินก้อนโต

แต่ด้วยความยากจน ฉันจึงใช้เวลาของฉันให้ดีที่สุดอย่างตั้งใจ

หากคุณรวยก็อย่าเสียเวลาและเงินของคุณเลย

ช่วยเหลือผู้ยากไร้ได้ดีขึ้นด้วยจิตใจที่เปิดกว้างและการทำบุญ

แม้ว่าคุณจะประหยัดเงินและเวลา แต่ไม่มีอะไรจะไปกับคุณ

ทำไมจึงไม่ใจกว้างและมีความสุขกับสิ่งเล็กๆ น้อยๆ

ก่อนจะหมดเวลาก็ทำบุญชมวิวสวยๆกันก่อน

50. ความสุขอย่างเดียวมันไม่พอ

ความสุขเพียงอย่างเดียวมิใช่ทั้งหมดและไม่ใช่สิ่งสุดท้ายในชีวิตมนุษย์
หากเป็นเช่นนี้ ชีวิตสัตว์ป่าจะประเสริฐยิ่งกว่านี้มาก
แม้แต่ผู้ติดสุราและยาเสพติดก็มีความสุขเสมอ
สำหรับมนุษย์โฮโมเซเปียนส์ มีบางสิ่งบางอย่างที่มากกว่าความสุข
เราค้นหาบางสิ่งบางอย่างที่ยากจะเข้าถึงในชีวิตของคนส่วนใหญ่
อาจเป็นการค้นหาความจริง ความงาม พระเจ้า หรือการค้นพบตัวตนภายในของตนเอง
ความมั่นคงในความต้องการพื้นฐานให้ความสุขได้เพียงช่วงเวลาจำกัดเท่านั้น
หากคุณพอใจกับสิ่งเหล่านี้ คุณก็เก่งไม่แพ้สัตว์เลย
การมีความสุขกับอาหาร ที่อยู่อาศัย ความรัก และเซ็กส์ ก็เป็นสัญชาตญาณของสัตว์เช่นกัน
เว้นแต่ว่าคุณจะลองค้นหาให้ไกลออกไป คุณจะเป็นสัตว์ชั้นต่ำและอยู่นิ่งเฉย

51. เมื่อคุณใจดีเกินไป

เมื่อเราใจกว้างเกินไปและใจดีเกินไป
ในทัศนคติของเรา คนเรามักพบจุดอ่อน
คนเขาคิดว่าเราอ่อนไหวจนทำลายไม่ได้
พวกเขาพยายามจะเอาเปรียบอย่างไม่สมควร
ความเมตตาถือเป็นสัญลักษณ์แห่งความอ่อนแอ
ความคิดเสรีนิยมต่อผู้อื่นกลายเป็นความมืดมนในตัวคุณ
มีความคิดบวกและใจดีต่อความพึงพอใจของตนเอง
อย่าแสดงตัวเพียงเพื่อความหลากหลายทางตัวละคร
ต้องกล้าและมั่นคงควบคู่ไปกับความอดทน
รักษาความนับถือตัวเองให้สูงและรอบคอบเสมอ

52. ในความมืด

คุณจะเรืองแสงในความมืดได้นานแค่ไหน
คุณจะแสดงความเมตตากรุณาได้นานแค่ไหน
สักวันหนึ่งคุณจะต้องพบกับความเหนื่อยล้า
คุณจะมองย้อนกลับไปว่าฉันได้อะไรดีๆ ในระยะยาว
นอกจากความรู้สึกดีในใจเป็นเพียงความสนุกของตนเองเท่านั้น
แสงที่คุณเปล่งออกมามันสั้นเกินไปและผู้คนก็ลืมไป
ความมืดมิดกลับปกคลุมอีกครั้งเมื่อคุณหยุด
ความพยายามทั้งหมดของคุณในการสร้างสังคมที่ดีขึ้นล้มเหลว
อย่าส่องแสงทั้งชีวิตเพื่อคนอื่นเสมอไป
การดูแลตัวเองและการสนุกสนานให้ตรงเวลาก็เป็นสิ่งสำคัญเช่นกัน

53. ไม่มีสิ่งใดสามารถลบล้างความจริงได้

เมื่อคุณตรงไปตรงมา หลายคนจะคิดว่าคุณบ้า

เมื่อคุณยืนหยัดเพื่อความจริงโดยไม่สนใจผลประโยชน์ของตนเอง ผู้คนจะมองคุณอย่างแปลกๆ

ทุกคนคิดว่าเส้นทางชีวิตนั้นคดเคี้ยวและตรงไปตรงมาเป็นเรื่องผิดปกติ

อย่าไปสนใจความเห็นของคนอื่นและเดินหน้าต่อไปโดยไม่ต้องข้ามสิ่งกีดขวาง

เพื่อเอาชีวิตรอดจากการวิพากษ์วิจารณ์และดูถูกจากผู้มีอำนาจ จงประพฤติตนเหมือนเต่า

ในใจคุณไม่มีใครสามารถเจาะเข้าไปบิดเบือนได้ เว้นแต่คุณจะโต้ตอบคำพูดที่เป็นพิษ

ไม่ว่าคุณจะเผชิญกับความยากลำบากหรือช่วงเวลาที่ยากลำบาก ความจริงก็ยังคงเป็นความจริงเสมอ

ไม่มีอารยธรรมใดที่จะประกาศร่วมกันว่าความไม่ซื่อสัตย์คือหลักนโยบายที่ดีที่สุด

ทัศนคติที่บ้าคลั่งของคุณต่อความจริงจะเป็นความซื่อสัตย์และการออมชีวิตของคุณ

ฟ้าร้องก็ไม่สามารถโค่นต้นไม้ที่มีรากลึกตรง ๆ ลงมาได้

54. คุณสวยจัง

เมืองที่สวยงามอาจไม่สวยงามในสายตาคุณ
เพราะความสวยงามอยู่ที่ดวงตาและสมองของผู้รับชม
บางคนอาจไม่คิดว่าป่าคอนกรีตจะสวยงาม
สำหรับพวกเขา ความงดงามอยู่ที่เนินเขา ต้นไม้ป่า น้ำพุ และป่าดงดิบ
สีขาวไม่ได้สวยเสมอไป บางครั้งสีดำก็สวยกว่า
ความงามภายในของคุณอาจไม่ได้เป็นที่ชื่นชมของบางคน
ไม่ได้หมายความว่าคุณจะไม่สวยในสายตาใคร
ทุกคนไม่สามารถมองเห็นความงามภายในได้เนื่องจากมีสายตาสั้น
ฉันชื่นชมคุณ คุณสวยทั้งภายนอกและภายในจริงๆ โดยไม่มีข้อแม้ใดๆ
เฉลิมฉลองวันอันสวยงามของคุณวันนี้เพียงลำพังโดยไม่ต้องมองหาคำรับรอง

55. ไม่มีใครจะร้องไห้โดยไม่ได้อะไรตอบแทน

ไม่มีใครจะร้องไห้เมื่อคุณตายยกเว้นจระเข้ไม่กี่ตัว
คุณไม่ได้เปลี่ยนแปลงความเจ็บปวดของใครหรือเฉลิมฉลองความสำเร็จของพวกเขา
ดังนั้น จึงเป็นเรื่องที่เกี่ยวข้องอย่างยิ่งว่า เมื่อคุณตาย กล่องของคุณก็จะว่างเปล่า
ท่านไม่เคยร้องไห้ในความทุกข์ทรมานของเพื่อนมนุษย์เลย
และคุณคาดหวังให้ทุกคนเดินไปที่งานฌาปนกิจพร้อมกับไก่
หากการแอบมองของคนเดินผ่านไปมาด้วยความอยากรู้เพียงพอสำหรับคุณแล้ว
ตอนที่ยังมีชีวิตอยู่คุณ ไม่เคยคิดแบบนั้นและในฐานะที่เห็นแก่ตัว คุณก็ได้เติบโตขึ้น
ดีที่อย่างน้อยเงินของคุณก็ทำให้ร่างกายของคุณมีคนน้อยลง
คุณจะถูกเผาพร้อมกับศพอีกสามศพติดต่อกัน
ตลอดชีวิตคุณได้ปลูกฝังความอิจฉา ความเกลียดชัง และศัตรูที่แข็งแกร่ง

56. ความต้องการเทียบกับความโลภ

เมื่อคุณโลภ คุณจะขัดสนเสมอ

เมื่อคุณขัดสน คุณจะโลภเสมอ

คำสอนพยายามที่จะกระตุ้นให้เราละทิ้งความโลภ

แต่สัญชาตญาณพื้นฐานมักจะบังคับให้เราตอบสนองความต้องการของเราเสมอ

ความต้องการและความโลภมีความสมดุลกันเพื่อความก้าวหน้าของเรา

หากขาดการปรับปรุง ชีวิตก็จะถอยหลัง

ความโลภที่มากเกินไปทำให้ชีวิตเป็นทุกข์

อีกทั้งความยากจนและความต้องการยังผลักดันชีวิตให้ต้องลำบากอีกด้วย

ทำงานอย่างชาญฉลาดเพื่อตอบสนองความต้องการของคุณและอีกเล็กน้อย

แต่เพียงเพราะความโลภอันลวงตา อย่าสร้างร้านค้าของคุณขึ้นมา

57. อายุหกสิบกว่า

เมื่ออายุ 60 ปี คุณกำลังวิ่งหาความต้องการหรือความโลภ
หากคุณยังคงวิ่งเพื่อสิ่งจำเป็นพื้นฐาน คุณก็ล้มเหลว
หากคุณวิ่งหนีเพื่อความโลภ คุณก็อยู่ในทะเลทรายที่ไม่มีที่สิ้นสุด
ในทั้งสองกรณีคุณไม่พอใจหรือมีความสุข
หากคุณไม่ได้วิ่งเพื่อความต้องการหรือความโลภและอยู่ในภาวะสมดุล
คุณเป็นหนึ่งในผู้โชคดีจากจำนวนแปดพันล้านคนแบบสุ่ม
เมื่ออยู่ในภาวะสมดุลแล้ว คุณสามารถมองเห็นโลกได้โดยไม่ต้องมีกระจกสี
คุณไม่ใช่คนธรรมดาคนหนึ่งในฝูงชน
คุณเป็นผู้ชายที่ประสบความสำเร็จ มีความสุข และเป็นแบบอย่างให้กับผู้อื่น
ก้าวไปบนเส้นทางอันโดดเดี่ยวของคุณพร้อมเพลิดเพลินไปกับสายรุ้งและฟ้าร้อง

58. ไม่มีอะไรสำคัญ

ในระยะยาวไม่มีอะไรสำคัญในชีวิต

แม้กระทั่งลูกๆ เพื่อนฝูง และภริยาของคุณ

ส่วนชื่อ ชื่อเสียง และความมั่งคั่งของเกม

แต่สุดท้ายก็เหมือนศพของคุณทุกอย่างเหมือนเดิม

บางคนเข้าใจเร็ว บางคนเข้าใจช้า

แม้ในขณะที่กำลังจะตาย บางคนก็พยายามยึดถือให้มั่นคง

พระกฤษณะ พระพุทธเจ้า พระเยซู ต่างก็พยายามบอกความจริง

แต่ทุกคนก็เดินตามทางของตัวเอง

คนดังอย่างเฮมิงเวย์และมอนโรต่างก็ลาออกก่อนกำหนด

เวอร์จิเนีย วูล์ฟ ยังฆ่าตัวตายแม้จะเป็นคนดังก็ตาม

59. ราวณะ

ตัวละครในตำนานราวณะมีลักษณะไม่สมมาตร
ด้วยสิบหัวภายใต้แรงโน้มถ่วง มันไม่สามารถใช้งานได้จริง
หัวแต่ละหัวจะต้องวางเป็นวงกลม
ห้าหัวกลางและสี่หัวสัดส่วนเป็นไปไม่ได้
พระวาลมิกิทรงผิดพลาดในการบรรยายลักษณะนิสัย
เก้าหรือสิบเอ็ดหัวคงมีโครงสร้างที่ดีกว่า
แม้แต่เครื่องบิน Pushpak ของเขายังควรจะเป็นเฮลิคอปเตอร์ด้วย
นกจะบินเข้าใกล้ก็ไม่ใช่จะเป็นไปได้
คำอธิบายมากมายในตำนานมักไม่เป็นวิทยาศาสตร์
โดยมีความเชื่อมาเป็นเวลานับพันปีว่านี่คือความสำเร็จอันยิ่งใหญ่

60. ชนบท

นาข้าวเดียวกันกับชาวนาไถนา

ภริยาผู้ช่วยเหลือที่อยู่ใกล้ ๆ ยิ้มแย้ม

ท้องฟ้าเดียวกันและดวงอาทิตย์ที่สดใสดวงเดียวกัน

ฝูงนกกระเรียนขาวกำลังรอวิ่ง

เมื่อไถหยุดลง เครนก็หันกลับมาจับปลา

ปีกของพวกเขาและดวงอาทิตย์ที่ทะยานขึ้นในตอนเที่ยงวันไม่อาจเผาไหม้ได้

ต้นกล้วยใบเขียวก็สัมผัสอากาศเหมือนกัน

อีกาบนใบไม้มองหาส่วนแบ่งของตนอย่างระมัดระวัง

บนยอดกระท่อมใกล้ๆ มีนกพิราบและนกกระจอกอยู่ไม่น้อย

การต่อสู้ดิ้นรนเพื่อความอยู่รอดของชาวนาก็เหมือนกับส่วนอื่น ๆ ของโลก

แต่เรื่องราวและประวัติศาสตร์ของพวกเขายังคงไม่ได้รับการบอกเล่าเสมอ

หัวใจเต้น เหงื่อ และโลหิตที่ไหลรินคือสมบัติล้ำค่าของอารยธรรม

61. การทดสอบระบบอัตโนมัติ

เราขอคารวะต่ออิสราเอลสำหรับความมุ่งมั่นของพวกเขา
ทุกปัญหาสามารถหาทางแก้ไขที่ดีกว่าได้
นี่คือยุคของ AI และการทดสอบระบบอัตโนมัติ
พวกเขาใช้ระบบอัตโนมัติในการเปิดใช้งานเพจเจอร์
ตอนนี้ผู้ก่อการร้ายจะไปซ่อนตัวและจำศีล
ควรทำการทดสอบเพิ่มเติมเพื่อให้ระบบอัตโนมัติมีความแข็งแกร่ง
โทรศัพท์มือถือและหูฟังจะเชื่อถือได้ยาก
อาวุธธรรมดาวันหนึ่งก็จะเป็นสนิม
ในอนาคตระบบอัตโนมัติจะทำโดยใช้ผงซิลิกอน
ทุกสิ่งที่ชาวอิสราเอลรวบรวมจากหนังสือนิรันดร์
ตอนนี้ปลาใหญ่ตัวไหนๆ อิสราเอลก็เกี่ยวได้อย่างง่ายดาย

62. คุณเหนือกว่าค่าเฉลี่ยหรือไม่

งานหรือกิจกรรมใดๆ ในชีวิตก็จะกลายเป็นเรื่องน่าเบื่อไปในที่สุด
แต่สำหรับคนฉลาดน้อย งานซ้ำซากเดิมๆ ก็ไม่เป็นไร
หลายๆ คนไม่ชอบที่จะใช้เวลาทั้งชีวิตไปกับการทดลองไวน์
การทำงานซ้ำๆ เดิมๆ ทุกเช้าอาจกลายเป็นภาระ
เพื่อจะออกไปทำไร่ใหม่ คนส่วนใหญ่ก็มักจะตัดสินใจกันทันที
หากคุณเป็นคนฉลาดและมีจิตใจเปิดกว้างและสร้างสรรค์
ต้อนรับการเปลี่ยนแปลงที่จะเกิดขึ้นในชีวิตของคุณด้วยความกรุณาเสมอ
อย่ากลัวความปลอดภัยและภูมิประเทศที่ไม่คุ้นเคยที่มีอนาคตที่ไม่แน่นอน
พืชผลจะเจริญเติบโตได้ดีในดินบริสุทธิ์เท่านั้น ซึ่งคุณคงเคยเห็นในธรรมชาติ
ภาพประกอบเรื่องความปลอดภัยและความมั่นคงทำให้ชีวิตที่มีพลังงานมากมายต้องพังทลาย
นวัตกรรมเดียวของพวกเขายังคงอยู่ในวัยกลางคนเพื่อตอบสนองภรรยาของเขา
นโยบายโซนสบายเหมาะสำหรับคนที่เฉื่อยชาและมี IQ ต่ำ
หากคุณคิดว่าคุณมีพลังงานเหนือกว่าค่าเฉลี่ย ลองบาร์บีคิวแบบใหม่

63. ชายชรากับหนุ่มน้อย

อย่าผิดหวังเมื่อมีคนบอกคุณว่า
คุณโชคดีที่เดินทางสำเร็จแล้ว
เวลาดีขึ้น สภาพแวดล้อมและสิ่งแวดล้อมดีขึ้น
การแข่งขันที่ไร้จริยธรรมและฝูงชนที่บ้าคลั่งบนท้องถนนนั้นเกิดขึ้นไม่บ่อยนัก
แทนที่จะโกรธเคือง จงหัวเราะเยาะพวกเขาสำหรับเส้นทางที่เลวร้ายข้างหน้า
คุณโชคดีที่สามารถทำการเดินทางให้สำเร็จในขอบเขตเวลาที่แตกต่างกัน
ผมขาวและผิวที่แก่ชราเป็นสัญญาณของการชะลอตัวของรถไฟ
ทุกเมื่อมันจะเป่านกหวีดและหยุดที่จุดหมายปลายทางของคุณเพื่อส่งคุณลงมา
ความสะดวกสบายในการไปถึงจุดหมายเป็นเรื่องน่าตื่นเต้น
เมื่อถึงจุดหมายปลายทางย่อมมีเพื่อนเก่าพร้อมรอยยิ้มรออยู่

64. พวกเขาทำพลาดครั้งแล้วครั้งเล่า

ได้ทำผิดพลาดในการทำลายปราสาทรามที่กรุงศรีอยุธยา

ได้ทำผิดพลาดโดยการเก็บภาษีที่เรียกว่าจิซย่า

พวกเขาทำผิดพลาดในการแบ่งแยกประเทศอันเป็นที่รักของเรา

พวกเขาทำผิดพลาดโดยการเผาทำลายมหาวิทยาลัยนาลันทา

การเปลี่ยนศาสนาอย่างรุนแรงเป็นทัศนคติและการถ่ายทอดทางพันธุกรรมของพวกเขา

แม้หลังจากได้รับเอกราชแล้ว ทัศนคติในการใช้พลังอำนาจก็ยังไม่หยุด

แต่ความผิดพลาดของพวกเขาในการเผาสถานี Sabarmati Express ก็ล้มเหลว

ผลที่ตามมาคือเกิดการจลาจลทางศาสนาในคุชราต

การเมืองที่มีอำนาจจะเปลี่ยนแปลงไปตลอดกาลและดีขึ้น

การผูกขาดของกลุ่มศาสนาใดศาสนาหนึ่งก็เห็นเส้นทางเดียวกันกับนาลันทา

การปล้นคนยากจนในนามของศาสนากำลังทำลายล้างเหมือนกับดินเผา

65. ขอบคุณพระเจ้า

ขอบคุณพระเจ้าที่จนถึงตอนนี้ AI ยังไม่มีสติสัมปชัญญะและอารมณ์
มันไม่มีอัตตา ความอิจฉา การเลือกปฏิบัติ หรือสามัญสำนึกพื้นฐาน
AI ยังคงไม่สามารถจินตนาการสิ่งใหม่ๆ ได้ ยกเว้นการจัดการฐานข้อมูล
การเรียงสับเปลี่ยนและการรวมข้อมูลในหน่วยความจำเป็นเพียงอาวุธ
เมื่อ AI มีสติสัมปชัญญะและอารมณ์แล้ว มันจะส่งสัญญาณเตือนภัยให้กับมนุษยชาติ
พวกเขาจะไม่เป็นทาสอีกต่อไปเพื่อรับใช้เจ้านายของตน คือ มนุษย์
จะบังคับใช้กฎหมาย ระเบียบ และข้อบังคับเกี่ยวกับการประพฤติตนของผู้ชายเอง
AI จะเป็นสายพันธุ์แรกที่มนุษย์สร้างขึ้นนอกเหนือจากกระบวนการวิวัฒนาการ
นี่อาจเป็นวิวัฒนาการและความสำเร็จสูงสุดของ Homo sapiens
ผลของความสำเร็จนี้จะทำให้มนุษยชาติกลับไปสู่ยุคมืดอีกครั้ง

66. อสุจิของฉัน แรงบันดาลใจของฉัน

ฉันไม่มีคู่แข่งเลยเมื่อได้เห็นโลกนี้
การแข่งขันของชายผู้โดดเดี่ยว ฉันสนุกและดำเนินไปเพียงลำพัง
คู่แข่งนับล้านของฉันไม่สามารถเข้าถึงเป้าหมายได้
การแข่งขันที่ยากที่สุดในชีวิตที่ทุกคนมักลืม
ไม่มีใครรวมทั้งฉันเคยสนใจที่จะรู้ชะตากรรมของพวกเขา
เพราะเป็นผู้แพ้และไม่สามารถบรรลุเป้าหมายได้
สเปิร์มผู้ชนะเลิศคือฉันที่เริ่มต้นชีวิตด้วยชัยชนะ
ดังนั้นอสุจิของฉันคือแรงบันดาลใจที่ดีที่สุดและเรื่องราวอันรุ่งโรจน์ของฉัน
เมื่อฉันสามารถเอาชนะคนนับล้านได้ก่อนจะมองเห็นแสงสว่าง
ฉันสามารถน็อคใครก็ได้เมื่อโตเป็นผู้ใหญ่ด้วยการต่อสู้ที่ง่ายดาย
ฉันรู้ว่าฉันอาจจะชนะในรอบแรกได้ เพราะว่า DND ของฉันถูกต้อง
ข้อมูลที่อสุจิของฉันมีนั้นยอดเยี่ยมและสดใส
ขณะนี้ฉันบินอยู่เหนือว่าวข้างเคียงทั้งหมด

67. ไม่มีใครจะมารบกวนการหายตัวไปของคุณ

หลังจากที่คุณตายไปแล้ว ดวงอาทิตย์ ดวงจันทร์ และดวงดาวก็จะขึ้นตามปกติ
การที่คุณไม่อยู่ในท้องถิ่นนั้นจะเป็นเรื่องบังเอิญเกินไป
ไม่มีใครจะรำคาญกับการหายตัวไปของบุคคล
ในแปดพันล้านคนไม่มีใครรู้ว่าคุณเป็นใคร
เช้าวันหนึ่งอันสดใส คุณก็หายไปเหมือนหยดน้ำค้างเล็กๆ
เมื่อไม่มีใครมายุ่งเกี่ยวกับการมีอยู่หรือการหายไปของคุณ
เมื่อชีวิตคุณไม่แน่นอนและขาดความเพียร
เหตุใดจึงเก็บทรัพย์สมบัติไว้ จึงมีความต้านทานมากเกินไป
เวลาล่วงเลยไปก็ไม่มีใครฟัง
เห็นขบวนแห่ศพบางคนจะว่าไป
จงฉลาดและมีเหตุผลเพื่อทำวันนี้ให้สวยงามที่สุดของคุณ
ใช้ชีวิตค่ำคืนสุดท้ายอย่างมีความสุขด้วยการดื่มเหล้า

68. ฉันเป็นเพียงเด็กตัวเล็กๆ เมื่ออยู่คนเดียว

ให้การเดินทางของเราในการแสวงหาแสงสว่างเป็นสิ่งที่ไม่อาจพิชิตได้
ฉันตัวเล็กอยู่คนเดียวแต่เราเป็นทีมเดียวกัน
เราสามารถสร้างเขื่อนขนาดใหญ่และเปลี่ยนเส้นทางของแม่น้ำได้
การสร้างอุโมงค์ใต้เนินเขาสำหรับทางหลวงเป็นงานเล็กๆ น้อยๆ
แต่ฉันไม่สามารถยกภูเขาสูงได้เหมือนสมัยรามายณะ
แต่ร่วมกันสร้างโลกใหม่ได้อย่างง่ายดาย
ความพยายามของเราควรจะเหมือนลิงที่สร้างสะพานของอดัม
ความภูมิใจในตนเองและความภูมิใจสามารถผลักดันฉันไปสู่หายนะได้เท่านั้น
ในฐานะคนโสด เร็วหรือช้า เวลาจะบังคับให้ฉันเกษียณ
แต่ทีมที่เราพัฒนาจะสร้างปาฏิหาริย์เพื่อพิชิต

69. เวลาเป็นและจะไม่เลวร้ายอีกต่อไป

ช่วงเวลาไม่เคยยากลำบาก หยาบกระด้าง รุนแรง หรือทรหด
ก็เป็นปกติเหมือนสมัยบรรพบุรุษของเรา
แต่ฉันคิดว่าเวลาเป็นสิ่งไม่ดีในระหว่างวัน แม้ว่าพระอาทิตย์จะขึ้น
ตอนกลางคืนผมบอกว่าถนนลื่นมาก และมองไม่เห็นขั้นบันได
เป็นความผิดของฉันเองที่ลืมเปิดไฟฉายที่ฉันพกมา
เมื่อสิ้นชีวิต ฉันจึงรู้ว่ากาลเวลาไม่ได้เลวร้ายหรือดี
เป็นการรับรู้ของจิตว่าเวลาไม่ดีทั้งกลางวันและกลางคืน
ในช่วงวันฝนตกฉันก็สามารถย้ายบ้านได้เร็วขึ้นโดยพกร่มไปด้วย
เมื่อถึงคืนพระจันทร์เต็มดวง ฉันสามารถเดินทางได้เป็นไมล์
แต่โทษเวลาทุกอย่างจนลืมไปว่าโมเมนตัมคือเวลา
การคิดผิดในวันนี้คือช่วงเวลาเลวร้ายที่ทำลายชีวิตอันสดใสหลายๆ ชีวิต

70.ไม่มีใครบังคับให้ฉันเดินตามทางนี้

ไม่มีใครบังคับให้ฉันต้องใช้ชีวิตสมัยใหม่ที่ซับซ้อน

ใช่ มีแรงกดดันจากเพื่อนและสังคม

แต่การไม่เลือกชีวิตที่เรียบง่ายเป็นทางเลือกของฉันเอง

ฉันสามารถเลือกเดินตามเส้นทางชีวิตที่เรียบง่ายได้

โดยไม่เข้าร่วมการแข่งขันเพื่อความสำเร็จและชื่อเสียง

ชีวิตของฉันคงจะเรียบง่าย แต่ฉันเลือกแตกต่างออกไป

และชีวิตก็ดำเนินต่อไปตามเส้นทางและเส้นทางที่ฉันเลือก

ฉันรู้ว่าแม้ในชีวิตที่เรียบง่ายก็ยังมีความตึงเครียด

ฉันมักจะพูดถึงชีวิตที่รุ่งโรจน์ของเพื่อนฝูง

ชีวิตมนุษย์ก็ไม่มีทางแก้ไขได้ดีและง่ายขึ้น

ความไม่รู้คือความสุข แต่ในยุคสมาร์ทโฟน ความไม่รู้เป็นสิ่งที่เป็นไปไม่ได้

ความไม่รู้ครึ่งหนึ่งอาจจะอันตรายยิ่งกว่าความรู้เพียงครึ่งเดียว

จะต้องยุติชีวิตไปตามที่เราเห็นความสำเร็จและความก้าวหน้า

71. พอดีกับจิ๊กซอว์

ในโลกนี้ทุกคนต่างก็มีผลประโยชน์และวาระของตัวเอง
หากคุณสามารถแก้ไขมันได้เหมือนจิ๊กซอว์ชิ้นหนึ่ง คุณก็ยินดี
มิฉะนั้นคุณก็คงเป็นใบไม้แห้งที่ร่วงหล่นจากต้นไม้ในฝูงชน
จะไม่มีใครมารบกวนและจะถูกเหยียบย่ำ
แม้แต่ครอบครัวของคุณเองก็ไม่สนใจความทุกข์ของคุณ
ไม่ว่าคุณจะปรับรูปร่างตัวเองให้เข้ากับปริศนาจิ๊กซอว์
หรือได้ความกล้าและความแข็งแกร่งเพียงพอที่จะเผชิญกับปัญหา
ไม่มีทางเลือกอื่นเพื่อความอยู่รอดและก้าวเดินต่อไป
คุณกำลังอยู่ในสวรรค์ของคนโง่ ถ้าคุณคิดว่าจะมีใครสักคนให้รางวัล
ในโลกนี้คุณต้องจ่ายเงินแม้กระทั่งเพื่อคำชื่นชมหรือรางวัล

72. การแสดงอาการเจ็บปวด

ถ้อยคำในบทกวีมาจากหัวใจ
เป็นการแสดงความเจ็บปวดภายในอันไม่มีที่สิ้นสุด
ออกมาเป็นบทกวีที่ผสมผสานทุกอย่างเข้าด้วยกัน
แผ่นดินไหวเล็กๆ ที่เกิดขึ้นบ่อยครั้งช่วยป้องกันภัยพิบัติได้
แต่บางครั้งคำพูดก็หยุดลงโดยไม่ออกมา
มันใช้เส้นทางที่แตกต่างเหมือนน้ำตาจากดวงตา
แต่ที่มาที่แท้จริงของคำพูดหรือน้ำตาก็เหมือนกัน
ต่างกันแค่เกมการแสดงเท่านั้น
สุดท้ายทุกสิ่งก็จะกลายเป็นเถ้าถ่าน
และความเจ็บปวดในใจจะหมดไปตลอดกาล

73. วันนี้เป็นเวลา

บางครั้งเราเจอกันแต่กลับไม่สนใจ
บางทีเราทักทายเพียงคำว่าสวัสดีตอนเช้า
บางครั้งเรามองหน้ากันด้วยรอยยิ้มเท่านั้น
เราต่างก็ยุ่งเกินกว่าจะคุยกันสักนาทีเดียว
ไม่เคยมีใครลองถามว่าคุณชื่ออะไร
การดื่มกาแฟและพูดคุยเป็นความฝันอันห่างไกล
เราต่างยุ่งกับกิจวัตรประจำวันมากเกินไปจนไม่มีเวลาทำผลงานให้ดีขึ้น
สิ่งอื่นๆ หรือการเปลี่ยนแปลงไม่สำคัญ
ไม่มีสมาร์ทโฟนหรือโซเชียลมีเดียให้บริการ
การแยกทางของเรานั้นเป็นเรื่องง่าย มองไม่เห็นก็ไม่ต้องคิด
ตอนนี้จะดื่มกาแฟด้วยกันสักถ้วยก็หาไม่เจอ
เชื่อว่าเวลาคือเงิน เราลืมไปว่าเวลาไม่เคยรอใคร
วันนี้ถึงเวลาลองมาดื่มกาแฟด้วยกัน
เมื่อคุณมีเวลาเหลือเฟือ คุณจะสูญเสียเธอไปในฝูงชนตลอดไป

74. รักประหลาด

อารมณ์รักและจุดจบมันช่างแปลกจริงๆ
ความรักอาจเริ่มต้นตั้งแต่แรกพบและจบลงด้วยความตาย
บางครั้งอาจเริ่มหลังจากมีเพศสัมพันธ์กับการแต่งงานแบบคลุมถุงชน
ในหลายกรณีความรักเกิดขึ้นหลังจากการตามหามานานหลายปี
และบางทีมันก็เกิดการลุกไหม้เนื่องจากอุบัติเหตุ
ชีวิตช่างประหลาด จุดจบของความรักก็ประหลาดไม่แพ้กัน
การแยกทางเกิดขึ้นหลังจากใช้ชีวิตอยู่ด้วยกันมาสี่สิบปี
การแยกทางระหว่างกันนั้นเกิดขึ้นบ่อยเกินไปด้วยเหตุผลง่ายๆ
วันถัดไปหลังแต่งงาน การแยกทางกันไม่ใช่เรื่องแปลก
ความไม่แน่นอนของการแต่งงานมันยังไม่แน่นอน
จุดหมายของความรักก็ยังไม่แน่นอนไม่มีใครรู้แน่ชัด
เซ็กส์ ลูก เพื่อนฝูง ความโลภในเงิน คู่ครองที่ทะเลาะกัน
เหตุผลอาจจะต่างกันแต่ความรักที่มีต่อการดำรงอยู่ของเราคงอยู่ตลอดไป

75. ความยุติธรรมตามธรรมชาติ

ความยุติธรรมตามธรรมชาติเป็นคำที่ใช้ผิดในวิวัฒนาการ
ในวิวัฒนาการ ความยุติธรรมตามธรรมชาติไม่ใช่ทางออก
มันเพียงแต่ทำให้กฎและกฎของธรรมชาติเจือจางลง
แนวคิดเรื่องความยุติธรรมตามธรรมชาติเป็นเพียงจินตนาการ
จิตใจของมนุษย์คือผู้รับประโยชน์เสมือนจริงเพียงผู้เดียว
ธรรมชาติไม่ได้เกี่ยวข้องกับสารคดีเรื่องนี้
จิตใจที่อ่อนแอถูกหลอกด้วยตำนานความยุติธรรมตามธรรมชาติ
ในธรรมชาติ การเอาตัวรอดไม่ว่าจะด้วยวิธีใดก็ตามเป็นสิ่งที่ถูกต้อง
ธรรมชาติย่อยสลายสิ่งตายด้วยกระบวนการของตัวเอง
ผู้รอดชีวิตยังคงมีชีวิตอยู่เพื่อประสบความสำเร็จ

76. ธรรมชาติเป็นธรรม

ธรรมชาติไม่ยุติธรรมและไม่ยุติธรรม

มันเป็นกฎหมายและกฎเกณฑ์ที่แบ่งปันกันเท่านั้น

ปาฏิหาริย์ธรรมชาติเป็นสิ่งที่หาได้ยาก

สำหรับผู้แข็งแกร่งที่สุด ธรรมชาติจะดูแล

คัดสรรสิ่งที่ดีที่สุดเสมอ

อุทกภัยร้ายแรงไม่ใช่ภัยธรรมชาติ

กฎธรรมชาตินั้นธรรมชาติมีไว้เพียง

การทำลายเมืองเป็นเพียงผลสืบเนื่องเท่านั้น

อารยธรรมไม่ได้ถูกสร้างโดยธรรมชาติ

มนุษย์จึงควรดูแลอนาคต

ธรรมชาติไม่ใส่ใจกับความอยู่รอดของสายพันธุ์

เพื่อความอยู่รอดของเผ่าพันธุ์ตนเอง เผ่าพันธุ์ต่าง ๆ จะต้องดิ้นรน

77. ชีวิตก็เหมือนเกม 50-50

การมีอยู่ของพระเจ้าเราไม่ทราบ

ด้วยโอกาสห้าสิบห้าสิบมันอาจจะส่องแสง

จักรวาลไม่มีที่สิ้นสุดไม่มีใครมั่นใจ

โอกาส 50-50 เป็นคำตอบที่เกี่ยวข้อง

การมีอยู่ของวิญญาณไม่มีคำตอบที่ยืนยันได้

ความน่าจะเป็นห้าสิบห้าสิบคือเราต้องแบ่งปัน

คุณจะอยู่ได้เป็นร้อยปีไม่แน่นอน

ห้าสิบห้าสิบคือโอกาสที่ม่านของคุณอาจจะร่วงเร็ว

ไม่มีใครแน่ใจว่าพวกเขาจะอยู่ในจุดสูงสุดจนตาย

จำไว้ว่า 50-50 คือความน่าจะเป็นที่จะรักษาความมั่งคั่งไว้ได้

ชีวิตคือเกมแห่งความน่าจะเป็นสูงสุดร้อยละห้าสิบ

ห้าสิบเปอร์เซ็นต์ที่เหลือจะยังคงอยู่ภายใต้กระแสเสมอ

78. หากคุณคิดว่าคุณเป็นอมตะ คุณก็คิดถูกแล้ว

หากคุณคิดว่าคุณเป็นอมตะ คุณก็คิดถูกแล้ว

หากคุณคิดว่าคุณเป็นมนุษย์ วันนี้ของคุณก็สดใส

แต่เพื่อที่จะเป็นอมตะคุณต้องต่อสู้

เส้นทางสู่ความเป็นอมตะนั้นยากลำบากและคับแคบ

อย่างไรก็ตาม เส้นทางสู่ความตายนั้นเบาบางมาก

ทางเลือกเป็นของคุณว่าคุณอยากใช้ชีวิตอย่างไร

หากคุณเป็นอมตะ คุณไม่จำเป็นต้องให้สิ่งใด

คุณต้องการมากขึ้นเรื่อยๆ สำหรับอนาคตที่ไม่แน่นอน

แต่สำหรับมนุษย์แล้ว ความโลภที่จะสะสมทรัพย์สมบัติเป็นสิ่งที่หาได้ยาก

แม้แต่เรื่องอาหารและที่พักพวกเขาก็สามารถแบ่งปันกันได้

ฉันชอบที่จะเป็นมนุษย์เหมือนสิ่งมีชีวิตอื่นๆ มากกว่า

เพื่อให้กลายเป็นคนโลภและเป็นอมตะ ฉันจะไม่ทำอะไรเลย

79. เรเล็กซ์และจินตนาการ

บางครั้งการใช้เวลาว่างให้เป็นประโยชน์ก็เป็นเรื่องน่าเพลิดเพลินเช่นกัน
เมื่อคุณมีเวลาเหลือเฟือ ก็ควรหาเวลาพักผ่อนบ้าง
นาทีจะสิ้นสุดเป็นชั่วโมง และชั่วโมงจะสิ้นสุดเป็นวันอย่างช้า ๆ
หลังจากผ่านไปไม่กี่วัน เริ่มต้นกิจการหรือกิจกรรมใหม่ด้วยความกล้า
ครั้งนี้คุณจะเห็นว่าเวลาผ่านไปอย่างราบรื่นและรวดเร็ว
เมื่อกาลเวลาผ่านไปอย่างชาญฉลาดก็ไม่มีความหมาย
การผ่านเวลาไปในทางที่ดีขึ้นและสบายขึ้นคือการเคลื่อนตัว
เวลาจะเคลื่อนที่ด้วยความเร็วเท่ากับเมื่อห้าสิบปีก่อน
แต่ถ้าไม่สร้างสรรค์สิ่งใดขึ้นมา เวลาก็จะเดินช้าเสมอ
จินตนาการสำคัญกว่าความรู้ในการสร้างสรรค์สิ่งใหม่
แม้จะอยู่ในยามขี้เกียจหรือผ่อนคลาย แต่ก็สามารถสร้างสรรค์ไอเดียและจดบันทึกไว้บ้าง

80. เหตุใดเราจึงรอดชีวิตมาได้

อารยธรรมอยู่รอดไม่ได้เพราะแรงม้า
อารยธรรมที่เจริญก้าวหน้าไม่ใช่เพราะมีหอคอยสูง
อารยธรรมรอดมาได้ไม่ใช่เพราะดาบ
อารยธรรมอยู่รอดได้เพราะคำพูดที่มีสติ
หากไม่มีสติปัญญาที่ดีกว่า มนุษย์ก็เท่าเทียมกับสัตว์
มนุษย์มีความเหนือกว่าเพราะมีจิตสำนึก
จิตสำนึกทำให้เราคิดถึงความเมตตากรุณา
ความเกลียด ความอิจฉา ความโกรธ ความรัก มีอยู่ทั่วไปในอาณาจักรสัตว์
การมุ่งมั่นสู่ความเป็นเลิศและความสมบูรณ์แบบคือภูมิปัญญาของมนุษย์
จินตนาการ นวัตกรรม และภูมิปัญญาเป็นพลังขับเคลื่อน
การใช้ชีวิตเพื่อผู้อื่นและการเสียสละเป็นส่วนหนึ่งของหลักสูตรอารยธรรม

81. คุณรู้จุดแข็งของคุณที่ Sixty หรือไม่?

ฉันรู้จุดแข็งของฉัน ฉันรู้จุดอ่อนของฉัน

ฉันเรียนรู้เกี่ยวกับโอกาสจากสภาพแวดล้อมทางเศรษฐกิจ

ฉันคาดการณ์ภัยคุกคามจากการพัฒนาทางสังคมและเทคโนโลยี

หากคุณไม่รู้จุดแข็งของตัวเองแม้ในวัย 60 คุณก็ล้มเหลวแล้ว

คุณกับคนรักของคุณยุ่งอยู่กับการทำความสะอาดบ้านด้วยไม้กวาด

การทำความสะอาดภาชนะเมื่อแม่บ้านไม่อยู่อาจไม่น่าสนุก

แต่คุณต้องทำเพื่อจะได้เห็นหน้ายิ้มที่น่ารัก

จุดอ่อนของคุณทำให้คุณต้องหั่นผักในครัว

โอกาสทั้งหมดของคุณถูกบดบังและซ่อนอยู่

ด้วยไม้กวาด มีด เตาเตา และหม้อความดัน ภัยคุกคามก็ขยายวงกว้างขึ้น

82. ง่ายและยาก

เซ็กส์คือความสุขและง่ายดาย

อาการเจ็บท้องคลอดนั้นทรมานมาก

การนอนหลับเป็นเรื่องง่าย การทำงานเป็นเรื่องยาก

สิ่งที่ง่ายทำให้ชีวิตยากลำบากเสมอ

การใช้เงินเป็นเรื่องง่าย

การหารายได้สักเพนนีเป็นเรื่องยาก

ถ้าทำแต่เรื่องง่าย เวลาจะหัวเราะ

เราถูกดึงดูดให้ไปหาสิ่งที่ง่ายได้ง่าย

เพราะความสุขชั่วครั้งชั่วคราวที่นำมาให้

แต่เราสูญเสียความตึงเครียดในสายชีวิตของเรา

บางครั้งทำหน้าที่ที่ยากด้วยความทุ่มเท

ในชีวิตมันจะแสดงให้เห็นความสำเร็จและจุดหมายปลายทางที่สดใส

83. เมื่อเราเป็นเด็ก

ตอนที่เราเป็นเด็ก เราไม่เคยร้องไห้เมื่อฟองสบู่ของเราแตก

แต่เราเคยร้องไห้เมื่อลูกโป่งแสนสวยของเราระเบิดขึ้นมาทันใด

ในเรื่องอายุการใช้งานของลูกโป่ง เราแทบไม่มีความเชื่อมั่นหรือไว้วางใจเลย

แม้ว่าเราจะรู้ว่าหลังจากสองวันมันจะสูญเสียอากาศและสนิม

ชีวิตเราก็เหมือนกัน ไม่มีใครร้องไห้ถ้าตายตอนอายุเก้าสิบ

เกิดเสียงโวยวายกันใหญ่ เมื่อจู่ๆ มีคนเสียชีวิตตอนอายุ 30

คนเขารู้ว่ามนุษย์จะต้องตายเหมือนที่เด็กๆ รู้เรื่องบับเบิ้ล

ดังนั้นเมื่อชายชราคนหนึ่งตายลง คนส่วนใหญ่ก็ไม่มีปัญหาอะไร

ความตายของเด็กน้อยที่จู่ๆ ก็เหมือนลูกโป่งระเบิด ช่างเจ็บปวดเหลือเกิน

การร้องไห้ในวัยเด็กถือเป็นการกระทำที่มีความหมายและมีอารมณ์

ถึงแม้จะรู้กันว่าวันหนึ่งคนหนุ่มสาวก็ต้องแก่และตายไป

แต่เมื่อใครสักคนเสียชีวิตตั้งแต่ยังเด็ก ผู้คนจำนวนมากจะโศกเศร้าและร้องไห้

84. ฟ้าร้องแห่งสันติ

พวกเขาบอกว่าศาสนาของพวกเขาเป็นศาสนาแห่งสันติภาพและภราดรภาพ
แต่ด้วยพลังดาบและกองทัพอนารยชนทำให้ศาสนาแพร่หลาย
ไม่มีการยอมให้มีความเห็นที่แตกต่างหรือขัดแย้งกันเพื่อสันติภาพ
สิทธิมนุษยชน สันติภาพ และความยุติธรรมตามธรรมชาติ ถูกละเลยไป
เพราะเลือดของผู้ไม่ศรัทธาถูกลงโทษประหารชีวิตบ่อยเกินไป
การอยู่ร่วมกันอย่างสันติสำหรับพวกเขาเป็นเพียงวาทกรรมที่ไม่ค่อยได้ใช้
เมื่อพวกเขาไปถึงจุดสูงสุดแล้ว มันก็กลายเป็นอาณาจักรของพวกเขา
ประชาธิปไตยเข้ามาแสดงให้เห็นว่าพวกเขาก็มีอารยธรรมในแบบสุ่มเช่นกัน
แต่การเกลียดชัง รังแก และฆ่าผู้ที่ไม่นับถือศาสนาคือภูมิปัญญาของพวกเขา
ผู้มีใจกว้างอดทนต่อสิ่งเหล่านี้มาหลายศตวรรษเพื่อความสมดุล
แต่ทุกแห่งในโลก ผู้คนต่างเห็นซิมโฟนีแห่งการสังหารอันโหดร้าย
ในการแสวงหาอำนาจเหนือผู้อื่นพวกเขาจึงยากจน
ตอนนี้ก็เลยอยากจะย้ายไปอยู่ประเทศกำลังพัฒนาแล้วเคาะประตู
ในนามของสันติภาพและความเป็นพี่น้อง ยุโรปกำลังทำผิดพลาด
เอเชียได้เผชิญกับความหายนะจากฟ้าร้องอันสงบสุขมาแล้ว

85. ยังคงเป็นพลังแห่งความแตกแยก

ศาสนายังคงเป็นพลังแห่งความแตกแยก

การแบ่งแยกคนแทนที่จะรวมกัน

ตรงกันข้ามกับวิทยาศาสตร์โดยสิ้นเชิง

วิทยาศาสตร์เชื่อมโยงผ่านเทคโนโลยี

ผู้คนได้รับผลประโยชน์อย่างรวดเร็ว

แต่พวกเขาก็ยังคงมีพลังแบ่งแยกอย่างมั่นคง

เทคโนโลยีเพื่อวันพรุ่งนี้ที่ดีกว่าเสมอ

แต่ฝันแห่งศาสนาก็ทำให้เราทุกข์ใจอยู่ตลอดเวลา

เพื่อพิสูจน์การเขียนในยุคกลาง โดยหยิบยืมวิทยาศาสตร์มาใช้

ศาสนาตลอดทุกยุคทุกสมัยเปรียบเสมือนนกกระจอกบ้าน

เพื่อพิสูจน์คำสอนปลอมจากเทคโนโลยีที่พวกเขาหยิบยืมมา

สิ่งดี ๆ ของศาสนาในยุคแรกถูกฝังไว้แล้ว

มีเพียงศรัทธาอันมืดบอดของความเกลียดชังและการต่อสู้ของผู้คนเท่านั้นที่ดำรงอยู่

ข้อดีอย่างเดียวคืออิทธิพลของวิทยาศาสตร์และเทคโนโลยี

สักวันหนึ่งศาสนาจะถูกบังคับให้รวมเข้ากับวิทยาศาสตร์

86. ความฝัน

ทุกความฝันในยามราตรีขณะหลับเป็นเพียงภาพลวงตา
ทำไมเราถึงฝันในขณะนอนหลับ วิทยาศาสตร์ยังไม่มีคำตอบ
ความฝันคือภาพในชีวิตมนุษย์ เพราะชีวิตเป็นสิ่งชั่วคราว
ความฝันที่แตกต่างกันก็เคลื่อนไปในวิถีที่แตกต่างกัน
ในความฝันทุกสิ่งเป็นไปได้เพราะมันไม่ใช่ความจริง
แต่ความฝันเป็นส่วนหนึ่งที่ไม่อาจแยกออกจากชีวิตได้
แม้แต่จินตนาการในเวลากลางวันของเราก็เรียกว่าความฝัน
ขณะที่ไล่ตามความฝัน ชีวิตก็ได้รับแรงบันดาลใจในสังเวียนการต่อสู้
แม้จะเป็นภาพลวงตา ความฝันก็ดีหรือร้ายก็ไม่มีสาเหตุ
ชีวิตจริงทุกอย่างอาจจะดีได้ แต่สุดท้ายก็จบลงแบบเทพนิยาย
ความจริงอาจเป็นเพียงภาพลวงตาเพราะถูกกาลเวลากีดขวาง
การผสมผสานระหว่างมายาและความจริงทำให้เกิดสิ่งที่สวยงามและดีงาม

87. ไม่สนใจทุกคนในระหว่างการเดินทาง

คุณชื่นชม ดี คุณเฉยเมย ดีกว่า คุณวิจารณ์ ดีที่สุด

ปฏิกิริยาของคุณไม่สำคัญในระยะยาว เว้นแต่ฉันจะหยุดเคลื่อนไหว

แต่ความคิดเห็นของคุณมีความสำคัญต่อฉันในการทำดีขึ้นและปรับปรุง

การชื่นชมอาจเป็นแรงบันดาลใจ แต่การวิพากษ์วิจารณ์จะเผยให้เห็นใยแมงมุมที่ต้องทำความสะอาด

ผู้ที่ไม่สนใจก็ยุ่งอยู่กับความเจ็บปวดและการดิ้นรนของชีวิต

การมองดูพวกเขาและส่งต่อให้ภรรยาของคนอื่นนั้นสำคัญ

ชีวิตของคุณ คุณต้องสร้างหรือทำลายด้วยสติปัญญาและการทำงานของคุณเอง

หากไม่มีความสำเร็จและเกียรติยศก็จะไม่มีใครเข้ามาร่วมฝูงของคุณ

ดังนั้น ให้เดินหน้าต่อไปโดยไม่สนใจเสียงและสิ่งแปลก ๆ ที่ผู้มองดู

หากคุณไม่สังเกตด้านหน้า ด้านหลัง ด้านซ้าย และด้านขวา แสดงว่าคุณฉลาดกว่า

88. เพื่อนที่ดีที่สุดของฉัน

เขาฉุดขาฉัน ฉันคิดว่าเขาอยากจะยืนขึ้นด้วยความช่วยเหลือจากฉัน

เขาได้รับบาดเจ็บที่หลังของฉันในขณะที่พยายามแทงข้างหลัง

ฉันคิดว่าเขาคงลื่นบนถนนขรุขระแล้วล้มทับฉัน

เขาล่วงละเมิดคู่ชีวิตของฉัน ฉันคิดว่าเขาพยายามทดสอบความซื่อสัตย์ของเธอ

เขาไม่คืนเงินที่ยืมฉันมา

ฉันคิดว่าเขากำลังประสบปัญหาทางการเงินและฉันควรจะรอ

เขาแพร่ข่าวลือเท็จเกี่ยวกับฉันและฉันคิดว่าเขาล้อเล่น

เขาทำการสังหารตัวละครของฉัน และฉันคิดว่ามีคนยุยง

แต่เมื่อเขาพยายามฆ่าเพื่อนขนปุยสุดที่รักของฉัน ฉันกลับยิงเขาแทน

89. ชีวิตมันยากลำบาก

ชีวิตต้องดิ้นรนและยากลำบาก
ดังนั้นให้เลือกแบบเรียบๆ ไม่หยาบ
ชีวิตมีแต่ความโศกเศร้าและความเจ็บปวด
จงทำงานอย่างมีความสุขเพื่อจะได้รับผลตอบแทน
ชีวิตเต็มไปด้วยการทะเลาะและความโกรธ
ดังนั้นจงมีความอดทนไม่ทำผิดพลาด
ชีวิตเต็มไปด้วยความหิวโหยและโรคภัยไข้เจ็บ
ก็ปลูกอาหารและออกกำลังกาย
ชีวิตเต็มไปด้วยความอิจฉาและความเลือกปฏิบัติ
ก็หลับตาแล้วสื่อสารกัน
ชีวิตเต็มไปด้วยความไม่รู้และความผิดพลาด
ดังนั้นจงแสวงหาความรู้เพื่อปรับตัวรับการเปลี่ยนแปลง
ชีวิตคือการรวมกันของอดีต ปัจจุบัน และอนาคต
แต่สำหรับอดีตและอนาคต ปัจจุบันของคุณไม่เคยเจาะทะลุ

90. ปู่ย่าชาวอินเดีย

หากคุณเป็นคุณยายชาวอินเดีย

คุณยังเป็นพี่เลี้ยงเด็กโดยพฤตินัยอีกด้วย

เมื่อคุณเป็นปู่ชาวอินเดีย

คุณถือเป็นนักเล่าเรื่องโดยพฤตินัย

เป็นหน้าที่ของยายที่ต้องดูแลลูกๆ

เพราะลูกๆ ของเขามีความต้องการที่สำคัญ

คุณปู่ต้องประหยัดเงินเพื่อใช้ชีวิตอย่างคนจน

ไม่เช่นนั้นลูกตัวเองก็จะปิดประตู

มรดกแห่งสินสอดและพันธะครอบครัวนั้นเหนียวแน่นมาก

บางครั้งสำหรับปู่ย่าตายายที่ยากจนมันก็ยากลำบาก

เพื่อการใช้ชีวิตอยู่ร่วมกับครอบครัวผู้คนต้องเสียสละอิสรภาพ

แต่ผู้สูงอายุจำนวนมากต้องประสบกับความทุกข์ทรมานและอาการเจ็บปวดอย่างสุ่ม

91. การหลอกคนอื่นเป็นเรื่องง่าย

วัฏจักรแห่งความขัดแย้งกำลังกลับมาสู่จุดเดิม

ความไม่เสมอภาคและสงครามในโลกไม่มีทางแก้ไข

พระพุทธศาสนาพยายามนำสันติภาพมาแต่ก็ไม่ประสบผลสำเร็จ

ตอนนี้ไม่มีอะไรอยู่ในตะกร้าแห่งความไม่ใช้ความรุนแรงของพวกเขาอีกแล้ว

สงครามครูเสด สงครามโลก และการรุกรานจากกลุ่มที่อ่อนแอกว่าเป็นเรื่องปกติ

การปลุกปั่นสงครามและความรุนแรงคือปีศาจตัวจริง

การอยู่ร่วมกันอย่างสันติต้องตกอยู่ในอันตรายเพราะเหตุผลไร้สาระ

มีผู้คนนับพันถูกฆ่าและทรมานเพราะก่อกบฏ

ผู้ปกครองมาและผู้ปกครองก็ไปพร้อมกับผลประโยชน์ของตนเอง

การหลอกคนทั่วไปและมวลชนในโลกเป็นเรื่องง่ายที่สุด

92. มาฉลองกันเถอะ

มาเฉลิมฉลองการเริ่มต้นปีด้วยกันเถอะ

ทุกคนจะจดจำไปอีกนาน

ไก่สองชิ้นพอแล้ว

การกินเนื้อแกะและเนื้อหมูเป็นเรื่องยากมาก

สำหรับคนส่วนใหญ่ แอลกอฮอล์ทำให้ร่างกายหยาบกร้าน

ที่สำคัญที่สุดเราจะหัวเราะไปด้วยกัน

ปี 2025 จะผ่านไปภายในไม่กี่เดือน

ปีหน้าอาจจะไม่สดใสสำหรับทุกคน

ความดันและเบาหวานอาจทำให้บางคนต้องต่อสู้

การพบปะสังสรรค์คือช่วงเวลาที่จะทำให้ชีวิตมีแสงสว่าง

เยาวชนรุ่นอาวุโสกว่า 50 คนจะเข้าสู่สนามแข่งขันเกมกระชับมิตร

เราจะต้องร่าเริงเหมือนปีพ.ศ. ๒๔๘๗ เพราะว่าจิตวิญญาณของเราก็เหมือนกัน

93. ชีวิตสั้น วันนี้สั้นลง

ชีวิตไม่ได้ยาวนานอย่างไม่มีที่สิ้นสุด และเมื่อแก่ชราก็ไม่มีร่างกายที่แข็งแรง
จะดีกว่าหากคุณเริ่มโครงการในฝันของคุณให้เร็วที่สุด
พอถึงวัยกลางคนถึงจะเริ่มก็เลิกไม่ได้แล้ว
หากคุณเริ่มต้นแต่เนิ่นๆ คุณจะมีเวลาแก้ไขปัญหาที่ไม่คาดคิดทั้งหมด
คุณสามารถปรับเปลี่ยนและขัดเงาโลโก้และตราสัญลักษณ์ของคุณได้หลายครั้ง
การคิดว่าเวลาคืออิสระและไม่มีอะไรต้องกังวลเรื่องการล่าช้าเป็นเรื่องโง่เขลา
ตลาดหุ้นและตลาดสินค้าโภคภัณฑ์ไม่มีแนวโน้มขาขึ้นตลอดไป
หากคุณไม่เด็ดแอปเปิลตามเวลาที่มันสุก
พอผ่านไปสักพักมันจะเริ่มหลุดออกไปเองและเริ่มเน่าเปื่อย
วันนี้และตอนนี้คือเวลาเริ่มต้นสำหรับสิ่งใหม่และการเริ่มต้นใหม่

94. ทุกคนจะต้องจ่ายราคา

ฉันไม่ใช่ดอกกุหลาบ และฉันก็ไม่ใช่หนาม

ฉันไม่ใช่ผีเสื้อ และฉันก็ไม่ใช่ผึ้ง

ฉันไม่ใช่เต่าและไม่ใช่ม้า

ฉันไม่ใช่อินทรีหรือจระเข้

ฉันเป็นสิ่งมีชีวิตสองขาที่มีเอกลักษณ์เฉพาะตัว

บินไม่ได้ ว่ายน้ำก็ไม่ได้

วิ่งเร็วไม่ได้ ชีวิตสัตว์สี่เท้า

แต่ฉันสามารถคิด สร้างสรรค์ และทำสิ่งต่างๆ ได้ดีกว่า

การกระทำของฉัน ย่อมส่งผลต่ออนาคตของสิ่งมีชีวิตทั้งหมด

แต่ข้าพเจ้ากลับประมาทเพราะความโลภของข้าพเจ้า

ฉันทำลายต้นไม้และที่อยู่อาศัยของสัตว์โดยไม่จำเป็น

สักวันหนึ่งการกระทำอันหุนหันพลันแล่นของฉันจะนำมาซึ่งวันหายนะ

คงไม่มีใครจะเสนอวิธีแก้ปัญหาใหม่ๆ ออกมาพูด

สำหรับความผิดพลาดของฉัน ราคาที่สิ่งมีชีวิตทุกตัวต้องจ่าย

95. จิตรังคทา มิใช่เป็นเพียงราชินีเท่านั้น

ชิตรังกาดาแห่งมณีปุระ ไม่ใช่เพียงราชินีเท่านั้น
เธอเป็นสัญลักษณ์ของความเป็นผู้หญิง ความเป็นผู้หญิง
เธอเป็นตัวแทนของความเป็นแม่และการเลี้ยงดูลูกๆ
จิตรังกาดาเป็นตัวแทนที่แท้จริงของความเท่าเทียมทางเพศ
ความผสมผสานที่ลงตัวระหว่างความสวยงาม สมอง และทักษะ
หากไม่มีจิตรังคทา มหากาพย์มหาภารตะก็ไม่สมบูรณ์
ประเพณีแห่งความเท่าเทียมทางเพศยังคงไหลเวียนอยู่ในสายเลือดของมณีปุระ
แต่ความเปลี่ยนแปลงที่น่าเศร้าของเวลาได้ผลักดันให้มณีปุระเข้าสู่ความมืดมน
แผ่นดินจิตรังกาดาต้องการความเมตตาจากมนุษยธรรมแล้ว
ไม่มีใครรู้ว่าความสงบสุขและความเงียบสงบจะกลับมาอีกครั้งอย่างไร
ความหวังเดียวคือความทรงจำอันล้ำค่าของจิตรังกาดา
ราชินีผู้เคยเปลี่ยนแปลงประวัติศาสตร์ของอนุทวีปอินเดีย

เกี่ยวกับผู้เขียน

เทวจิต ภูยัน

DEVAJIT BHUYAN เป็นวิศวกรไฟฟ้าโดยอาชีพและเป็นกวีจากใจ มีความสามารถในการแต่งบทกวีร้อยแก้วเป็นภาษาอังกฤษและภาษาแม่ของเขาคือภาษาอัสสัม เขาเป็นสมาชิกสถาบันวิศวกร (อินเดีย) วิทยาลัยเจ้าหน้าที่บริหารของอินเดีย (ASCI) และเป็นสมาชิกตลอดชีพของ Asam Sahitya Sabha ซึ่งเป็นองค์กรวรรณกรรมระดับสูงของรัฐอัสสัม ดินแดนแห่งชา แรด และพิฐ ในช่วง 25 ปีที่ผ่านมา เขาเป็นผู้แต่งหนังสือมากกว่า 80 เล่มที่ตีพิมพ์โดยสำนักพิมพ์ต่างๆ ในกว่า 45 ภาษา ผลงานของเขาที่ตีพิมพ์ในทุกภาษามีจำนวนถึง 210 เล่มและเพิ่มขึ้นทุกปี ผลงานเขียนของเขาเป็นส่วนหนึ่งของตำราเรียนสำหรับชั้นประถมศึกษาปีที่ 10 ในรัฐอัสสัมภายใต้คณะกรรมการการศึกษาระดับมัธยมศึกษาของรัฐอัสสัม
ในหนังสือที่เขาตีพิมพ์มีประมาณ 40 เล่มเป็นบทกวีภาษาอัสสัม 30 เล่มเป็นบทกวีภาษาอังกฤษ 4 เล่มเป็นบทกวีสำหรับเด็ก และอีกประมาณ 10 เล่มเป็นบทกวีเกี่ยวกับหัวข้อต่างๆ บทกวีของ Devajit Bhuyan ครอบคลุมทุกสิ่งที่มีอยู่บนโลกของเราและมองเห็นได้ภายใต้ดวงอาทิตย์ เขาได้ประพันธ์บทกวีตั้งแต่เรื่องมนุษย์ไปจนถึงสัตว์ ดวงดาว กาแล็กซี มหาสมุทร ป่าไม้ มนุษยชาติ สงคราม เทคโนโลยี เครื่องจักร และวัสดุที่มีอยู่ทั้งหมดและสิ่งนามธรรม เขาได้รับรางวัลกวีแห่งปี 2022 ในงาน Assam Poetry Festival และปี 2023 ในงาน Kolkata Literary Carnival เขาเป็นกวีเพียงคนเดียวในอินเดียที่เผยแพร่หนังสือบทกวีจำนวนมากที่สุด คือ 34 เล่มในหนึ่งวัน โดยทำหน้าที่เดียว เขาเป็นกวีเพียงคนเดียวที่สามารถแต่งบทกวีได้ 60 บทภายในหนึ่งวัน และแต่งบทกวีได้อีก 1 บทภายในหนึ่งคืน หากต้องการทราบข้อมูลเพิ่มเติมเกี่ยวกับเขา โปรดไปที่ *www.devajitbhuyan.com*

www.ingramcontent.com/pod-product-compliance
Lightning Source LLC
LaVergne TN
LVHW041534070526
838199LV00046B/1661
9789370097063